CHÚA GIÊSU Ở CỬA:

40 Câu chuyện đau lòng và lời cảnh báo cuối cùng của Thiên đàng cho các nhà thờ NGÀY NAY

Qua

Zacharias Godseagle , Comfort Ladi Ogbe , Đại sứ Thứ Hai O. Ogbe

Table of Contents

Trang bản quyền

Chúa Giêsu ở Cửa: 40 Những Câu Chuyện Đau Lòng và Lời Cảnh Báo Cuối Cùng của Thiên Đàng dành cho các Nhà Thờ NGÀY NAY

Được xuất bản bởi
Zacharias Godseagle
trong quan hệ đối tác với
Bộ Truyền giáo Đại bàng của Chúa (GEMs)
Trang web: www.otakada.org
Email: info@otakada.org

Thiết kế bìa bởi: Nhóm nội bộ GEM
Định dạng nội bộ: Nhóm nội bộ GEM
Được in tại Hoa Kỳ
Phiên bản đầu tiên: 2025

Các nhân vật trong câu chuyện về nhà thờ có thể là hư cấu hoặc lấy cảm hứng từ các sự kiện có thật, được kể lại với tên, địa điểm hoặc hoàn cảnh được điều chỉnh để rõ ràng, riêng tư hoặc nhấn mạnh hơn.

Giới thiệu về cuốn sách - Chúa Jesus ở Cửa:

Sẽ thế nào nếu Chúa Giêsu không còn ở trong Hội Thánh nữa mà đang gõ cửa từ bên ngoài?

Trong tập sách táo bạo và mang tính tiên tri này, ***Jesus at the Door*** mang đến lời cảnh tỉnh mạnh mẽ cho Giáo hội toàn cầu ngày nay. Qua **40 câu chuyện đầy cảm xúc, lấy cảm hứng từ cuộc sống thực** từ mọi châu lục, ***Zacharias Godseagle , Comfort Ladi Ogbe và Đại sứ Monday O. Ogbe*** vạch trần cuộc khủng hoảng tiềm ẩn đằng sau những bục giảng bóng loáng và những dãy ghế chật cứng: một Giáo hội ***mất tập trung, mất kết nối và trôi xa khỏi trái tim của Chúa Kitô.***

Từ các siêu nhà thờ ở Mỹ đến các cuộc tụ họp ngầm ở Eritrea, mỗi câu chuyện đều xuyên qua những ảo tưởng—về sự tăng trưởng quá mức, sự cải đạo hời hợt, sự phô trương tôn giáo và sự môn đồ bị thỏa hiệp. Được neo giữ trong những lời khiển trách của Khải Huyền 2–3 và sự cấp bách của Luca 10:38–42 và Ma-thi-ơ 23:15, cuốn sách này vang vọng một tiếng kêu rõ ràng, thiêng liêng:

"Này Ta đứng ngoài cửa và gõ..." (Khải Huyền 3:20)

Đây không chỉ là một cuốn sách. Đây là một gánh nặng. Một bản thiết kế. Một ngọn đuốc rực cháy để thắp sáng sự hồi sinh cá nhân và toàn cầu.

Cho dù bạn là mục sư, lãnh đạo nhà thờ, người truyền bá đạo hay người tìm kiếm sự chân thực, ***Jesus at the Door*** sẽ khuấy động tinh thần bạn, làm tan vỡ trái tim bạn và kêu gọi bạn lựa chọn: **sự phục hồi hay sự từ chối.**

Tiếng gõ cửa rất lớn. Bạn có trả lời không?

Mô tả bìa mềm

Chúa Giê-su đang gõ cửa… nhưng có ai trả lời không?

Trong một thế giới tràn ngập hoạt động nhà thờ, giải trí tâm linh và biểu diễn tôn giáo, tiếng nói của Chúa Jesus đang yếu dần. Nhiều nhà thờ ngày nay có mọi thứ—đám đông, ánh sáng, lễ vật, danh tiếng—trừ Đấng đã khởi đầu tất cả.

Jesus at the Door là một bộ sưu tập hấp dẫn gồm **40 câu chuyện có thật từ khắp bảy châu lục** , phơi bày sự mất kết nối đau đớn giữa văn hóa Nhà thờ và chính Chúa Kitô. Từ Nairobi đến Houston, từ các nhà thờ bí mật ở Eritrea đến các sân khấu nhà thờ lớn ở New York, mỗi câu chuyện đều mang đến tiếng kêu thô sơ của thiên đường:

"Ngươi có tiếng là sống, nhưng mà là chết…"
—Khải Huyền 3:1

Rút ra từ những lời khiển trách khẩn thiết trong **Khải Huyền 2–3** , sách này vừa là **tấm gương vừa là bản đồ** — phản ánh tình trạng của Giáo hội hiện đại đồng thời chỉ ra con đường quay trở lại sự thân mật, chân lý và sự môn đồ hóa triệt để.

Đối với các mục sư: lời kêu gọi thanh lọc bục giảng.
Đối với các nhà lãnh đạo: lời kêu gọi xây dựng môn đồ, không phải đám đông. Đối với các tín đồ: lời kêu gọi trở về với tình yêu ban đầu. Đối với những người bị ngược đãi: lời kêu gọi chịu đựng với niềm vui.

Đây không chỉ là một cuốn sách. Đây là một ngọn lửa.
Bạn có mở cánh cửa trước khi quá muộn không?

Về Tác giả

Zacharias Godseagle , Comfort Ladi Ogbe và Đại sứ Monday O. Ogbe là những mục sư và môn đồ toàn cầu đầy nhiệt huyết , cam kết trang bị cho các tín đồ để sống tình yêu và quyền năng của Chúa Jesus trong cuộc sống hàng ngày. Thông qua *God's Eagle Ministries* và các nền tảng của họ www.otakada.org và www.wealthbeyondworryseries.com , họ tiếp cận các quốc gia bằng các nguồn tài nguyên dựa trên đức tin kết hợp Kinh thánh, câu chuyện và chiến lược để chuyển đổi.

Zacharias Godseagle

Là một giáo viên tiên tri và người cầu bầu với niềm đam mê thức tỉnh Vương quốc, Zacharias Godseagle được biết đến với những hiểu biết sâu sắc và gánh nặng sâu sắc cho sự phục hưng toàn cầu. Với giọng nói bắt nguồn từ lời cầu nguyện và sự trong sáng, ông hướng dẫn các nhà lãnh đạo tinh thần và tiếng nói tiên tri trên khắp các châu lục. Là đồng tác giả của *Jesus at the Door* , Zacharias mang đến sự sáng tỏ sâu sắc cho tình trạng của nhà thờ hiện đại và một khát vọng thánh thiện để Chúa Jesus được tôn lên một lần nữa trong cô dâu của Ngài.

"Sứ mệnh của tôi rất đơn giản: Chuẩn bị con đường cho Chúa - cho đến khi Giáo hội lại bùng cháy trong ngọn lửa thánh."

Thoải mái Ladi Ogbe

Thoải mái Ladi Ogbe là một cố vấn, người vận động cầu nguyện và là một nhà cải cách nhẹ nhàng trong thâm tâm. Giọng nói nuôi dưỡng của bà truyền tải sự chữa lành và chiều sâu vào cuộc sống của những tín đồ bị tổn thương, đặc biệt là phụ nữ và gia đình bị ảnh hưởng bởi sự kiệt sức về mặt tâm linh. Với nhiều năm kinh nghiệm trong việc đào tạo môn đồ và đức tin, bà mang đến một góc nhìn đầy lòng trắc ẩn nhưng vẫn chứa đầy sự thật cho lời kêu gọi gần gũi với Chúa Jesus trong cuốn sách này. Comfort đóng vai trò như một người mẹ tâm linh đối với nhiều người, kêu gọi Giáo hội quay trở lại với sự giản dị, trong sạch và tình yêu.

"Sự hồi sinh thực sự bắt đầu từ trái tim—từng cuộc đời đầu hàng."

Đại sứ Monday Ogbe

Đại sứ Monday O. Ogbe là một nhà thuyết giáo, tiếng nói tiên tri, nhà cải cách và là người sáng lập God's Eagle Ministries (GEM) và Otakada.org. Hiện tại, ông phục vụ như một người canh gác tâm linh và người đào tạo môn đồ cho các quốc gia. Với sứ mệnh đánh thức Giáo hội và khôi phục sự liên kết với Vương quốc, ông đã viết nhiều về sự phục hưng, sự thân mật và Giáo hội thời kỳ cuối. *Jesus at the Door* là một phần trong nhiệm vụ toàn cầu của ông nhằm kêu gọi Giáo

hội quay trở lại với tình yêu đầu tiên của mình trước khi quá muộn.

"Đây không chỉ là một cuốn sách—mà còn là một gánh nặng. Một tiếng kèn vang lên . Một lời kêu gọi cuối cùng trước khi cánh cửa đóng lại."

Một thông điệp gửi đến bạn — Người đọc

Người yêu dấu,

Đây không chỉ là một cuốn sách. Đây là một gánh nặng— sinh ra từ nước mắt, lời cầu nguyện và lửa. Nếu bạn đã đọc đến đây, điều đó có nghĩa là bạn không hài lòng với Cơ đốc giáo bề ngoài. Một điều gì đó sâu sắc hơn đang gọi bạn. Điều gì đó đó… là Ai đó.

Chúa Jesus đang ở cửa. Và Ngài đang gõ cửa. Không phải ở cửa các tòa nhà—mà là ở cửa trái tim. Ở cửa trái tim bạn.

Có lẽ những câu chuyện này đã nhắc bạn nhớ đến những khoảnh khắc khi bạn thay thế hoạt động bằng sự thân mật… khi bạn nhầm lẫn chức thánh với mối quan hệ… khi bạn để tiếng ồn, số lượng, hoặc thậm chí những mục đích cao cả lấn át tiếng nói nhẹ nhàng của Đấng Cứu Rỗi.

Có thể bạn đã bị tổn thương bởi Giáo hội. Thất vọng vì tôn giáo. Hoặc có thể, giống như Martha, bạn chỉ đơn giản là "bị phân tâm bởi nhiều việc phục vụ" (Luca 10:40), trong khi Mary ngồi và chọn "phần tốt hơn" (Luca 10:42).

Nhưng đây chính là vẻ đẹp của phúc âm: **Chúa Giê-su khiển trách cũng chính là Chúa Giê-su phục hồi.**

Hôm nay, Ngài đứng đó với đôi mắt rực lửa và đôi bàn tay ân sủng—mời bạn:

- Trở về với mối tình đầu.
- Xây dựng lại bàn thờ của sự thân mật.

- Hãy ăn năn về sự bận rộn vô ích.
- Khơi dậy ngọn lửa của lòng sùng kính.

Ngài không kêu gọi bạn làm nhiều hơn nữa. Ngài kêu gọi bạn đến gần hơn.

Giáo hội phải thức tỉnh—không chỉ để rao giảng sự phục hưng, mà còn để sống sự phục hưng đó.
Bạn không chỉ là người đọc—bạn là một phần còn sót lại.
Thế giới đang theo dõi. Thiên đàng đang ghi lại. Sự vĩnh hằng đang chờ đợi.

"Hãy trung thành cho đến chết, rồi Ta sẽ ban cho ngươi mão triều thiên của sự sống."
—Khải Huyền 2:10

Vậy hãy trỗi dậy. Cháy lại. Trở về.
Hãy để thế gian nhìn thấy Chúa Jesus—không phải qua một bục giảng, mà qua một dân tộc được thanh tẩy.

Hãy mở cửa. Hãy để Ngài vào. Và đừng bao giờ đóng cửa lại nữa.

Trong ngọn lửa và tình yêu của Ngài,
Zacharias Godseagle
Comfort Ladi Đại sứ Ogbe
Thứ Hai O. Ogbe

Cách đọc cuốn sách này

Cuốn sách này không phải để đọc một cách hời hợt.
Đây là một **hành trình tâm linh** , một **tấm gương** và **lời kêu gọi hành động** .
Mỗi câu chuyện trong số 40 câu chuyện được tạo ra để khuấy động trái tim bạn, thách thức các giả định của bạn và đưa bạn đối mặt với tiếng **nói của Chúa Jesus** trong giờ phút này. Đây không chỉ là về những gì đang xảy ra trong Giáo hội—mà là về những gì đang xảy ra trong bạn.
Để tận dụng tối đa trải nghiệm này, chúng tôi khuyên bạn nên làm như sau:

1. Đọc với thái độ cầu nguyện
Bắt đầu mỗi câu chuyện bằng một lời cầu nguyện ngắn:
"Lạy Chúa, xin mở mắt con. Xin hãy nói chuyện với con một cách cá nhân. Xin hãy chỉ cho con biết con đã lạc lối ở đâu. Xin hãy dẫn con trở về với Chúa."
Đây không chỉ là những câu chuyện kể mà còn là **lời thì thầm thiêng liêng** , phản ánh trái tim của Chúa Jesus với Giáo hội.

2. Đọc một cách phản ánh
Sau mỗi câu chuyện, hãy dành thời gian để suy ngẫm:

- Phần nào trong câu chuyện này phản ánh cuộc sống của tôi, hội thánh của tôi hoặc hành trình theo Chúa của tôi?
- Tôi có chọn hiệu suất hơn sự hiện diện không?
- Chúa Giê-su đang gõ cửa cuộc đời tôi ở đâu?

Lời **nhắc suy ngẫm** và **Lời cảnh báo của Thiên đường** được đưa vào cuối mỗi chương. Đừng vội bỏ qua chúng. Tạm dừng. Lắng nghe. Ghi nhật ký.

3. Đọc trong cộng đồng

Cuốn sách này lý tưởng cho:

- Nhóm học Kinh Thánh
- Đội ngũ lãnh đạo nhà thờ
- Học bổng thanh niên
- Các buổi tĩnh tâm cầu nguyện
- Lớp học môn đồ

Sử dụng như một chuỗi bài suy ngẫm hoặc hồi sinh kéo dài 40 ngày. Mỗi câu chuyện có thể được đọc mỗi ngày, mỗi tuần hoặc được điều chỉnh cho các cuộc thảo luận sâu sắc và các buổi cầu nguyện.

4. Phản hồi tích cực

Cuối sách, bạn sẽ tìm thấy **Lời kêu gọi hành động** , **Lời cầu nguyện ăn năn** và **Thử thách làm môn đồ** .

Đừng chỉ đọc mà **hãy hành động** .

- Hãy thú nhận khi có niềm tin.
- Chia sẻ nơi sự thật được thắp sáng.
- Thay đổi nơi Chúa Giê-su gõ cửa.

5. Ghi lại hành trình

Luôn mang theo một cuốn sổ tay.

Viết ra những gì Chúa nói qua mỗi câu chuyện. Ghi lại những lời cầu nguyện, lời thú tội và quyết định của bạn. Đây không chỉ là thông tin mà còn là **sự biến đổi** .

6. Chia sẻ ngọn lửa

Nếu cuốn sách này tác động đến bạn, hãy truyền nó đi.

Hãy tặng nó. Hãy rao giảng nó. Hãy dạy nó.

Hãy chia sẻ câu chuyện của bạn. Hãy để ngọn lửa phục hưng lan tỏa từ **trái tim bạn đến gia đình bạn, và từ nhà thờ của bạn đến các quốc gia.**

"Ai có tai, hãy nghe lời Đức Thánh Linh phán cùng các Hội thánh."
— Khải Huyền 2:7

Đây không phải là giải trí.
Đây là lời mời gọi thiêng liêng.
Hãy mở lòng. Hãy để Chúa Thánh Thần dẫn dắt bạn. Và trên hết…
Trả lời tiếng gõ cửa.

Sự cống hiến

Đến với Đấng vẫn đứng ngoài cửa và gõ cửa—Chúa Giê-xu Christ, Đấng Cứu Rỗi, Vua và Tình Yêu Đầu Tiên của tôi.

Gửi đến mọi **mục sư, nhà lãnh đạo và tín đồ** đã mong muốn điều gì đó nhiều hơn thói quen, nhiều hơn hiệu suất, nhiều hơn tôn giáo—điều này dành cho các bạn.

Và đối với **Hội Thánh còn sót lại** đang trỗi dậy trên khắp các quốc gia—ẩn mình trong lời cầu nguyện, được tinh luyện trong lửa, kiên định trong tình yêu thương—các bạn là niềm hy vọng của Thiên đàng trên đất.

Mong bạn không bao giờ đánh mất sự ngạc nhiên trước sự hiện diện của Ngài cũng như sự cấp bách trong lời kêu gọi của Ngài.

Sự thừa nhận

Với lòng biết ơn sâu sắc, tôi thừa nhận Đức Thánh Linh, Đấng đã gánh vác sứ điệp này và sự hiện diện của Ngài đã nâng đỡ từng lời được viết ra. Ngài là Đấng cáo trách, khuyên bảo và an ủi chúng con — đây là công việc của Ngài qua đôi tay chúng con.

Gửi đến gia đình và những người cộng tác trong mục vụ tại **God's Eagle Ministries (GEM)** — đức tin, sự khích lệ và sự hy sinh của các bạn đã giúp công việc này thành công.

Đối với thân thể toàn cầu của Chúa Kitô—đặc biệt là Giáo hội ngầm, các thánh đồ bị đàn áp, số ít tín đồ cầu nguyện trong bóng tối—các bạn chính là những anh hùng thực sự của cuốn sách này.

Gửi đến các mục sư và người cố vấn đã thách thức tôi bước đi trong chân lý, không chỉ theo truyền thống—cảm ơn các bạn đã làm gương về Chúa Kitô trước mặt mọi người.

Gửi đến mọi tâm hồn đã chia sẻ câu chuyện của mình, trực tiếp hoặc gián tiếp—cảm ơn các bạn. Nỗi đau, sự trung thực và lòng khao khát Chúa của các bạn đã thúc đẩy tiếng kêu cứu toàn cầu.

Và với mỗi độc giả—cảm ơn vì đã mở lòng. Mong rằng đôi tay bạn sẵn sàng hành động, đầu gối bạn sẵn sàng quỳ xuống, và cánh cửa của bạn rộng mở đón Chúa Jesus.

Giới thiệu

Chúa Giê-su đang ở trước cửa—nhưng nhiều nhà thờ không còn nghe được tiếng gõ cửa của Ngài nữa.

Trong một thế hệ bị thúc đẩy bởi tiếng ồn, số lượng và sự nổi tiếng, Giáo hội toàn cầu đang đứng trước ngã ba đường. Chúng ta đã xây dựng những sân khấu lớn, lấp đầy các đấu trường và theo đuổi sự liên quan lan truyền—nhưng lại đánh mất một điều mà Chúa Jesus gọi là "tốt hơn": sự thân mật dưới chân Ngài.

Jesus at the Door: 40 Heartbreaking Stories and Heaven's Final Warning to Today's Churches không chỉ là một cuốn sách. Đó là tiếng kêu tiên tri từ trái tim của Chúa Kitô đến Cô dâu mất tập trung của Ngài. Được truyền cảm hứng từ Khải Huyền 3:20 và bắt nguồn từ lời khiển trách của Chúa Jesus đối với các hội thánh trong Khải Huyền 2–3, cuốn sách này tập hợp **40 câu chuyện sâu sắc, trải dài khắp lục địa,** phơi bày sự xói mòn thầm lặng trong văn hóa nhà thờ ngày nay.
Từ Lagos đến Los Angeles, Nairobi đến New York, Santiago đến Siberia, Asmara đến Nam Cực—mỗi câu chuyện đều theo cấu trúc 5 phần mạnh mẽ:

- **Ảo tưởng** : nơi thành công thế gian che đậy sự suy đồi về mặt tinh thần
- **Tiếng gõ cửa** : nơi Chúa Jesus đối mặt với sự thỏa hiệp
- **Cuộc khủng hoảng** : nơi mặt tiền bị phá vỡ và sự thật bị phơi bày
- **Phần còn sót lại** : nơi một số ít người phản ứng bằng sự ăn năn và đói khát

- **Lời cảnh báo của thiên đường** : nơi lời kêu gọi thay đổi đòi hỏi hành động khẩn cấp

Đây không phải là hư cấu. Chúng là những tấm gương. Chúng phản ánh sự kiệt sức của các mục sư làm việc quá sức, những vết thương của công cuộc truyền giáo hời hợt, sự bóc lột những người dễ bị tổn thương, sự bóp nghẹt của đức tin thúc đẩy bởi hiệu suất và sự đàn áp thanh lọc và thử thách cốt lõi của Giáo hội.
Chúng ta thấy **Martha** —bận rộn nhưng không kết nối.
Chúng ta nghe **lời khiển trách của Chúa Giêsu** :
"Ngươi đã bỏ lòng kính mến ban đầu của mình." (Khải Huyền 2:4)
Chúng ta thấy những **người Pha-ri-si** chỉ cải đạo tâm hồn theo chủ nghĩa duy luật.

Chúng ta nghe Chúa Giêsu kêu lên:
"Khốn cho các ngươi... các ngươi làm cho họ trở thành con cái địa ngục gấp đôi." (Ma-thi-ơ 23:15) Chúng ta cảm thấy sự **thờ ơ** của Lao-đi-xê.
Chúng ta cảm nhận được sự cấp bách: "Hãy ăn năn... nếu không Ta sẽ cất chân đèn của ngươi đi." (Khải Huyền 2:5)
Tuy nhiên, qua mỗi hệ thống đổ vỡ, vẫn có một **nhóm người còn sót lại** —trung thành, nhiệt thành và tràn đầy ngọn lửa thánh.

Cuốn sách này dành cho:

- **Mục sư** tìm kiếm giá trị vượt ra ngoài sự chú ý
- **Các nhà lãnh đạo** mệt mỏi với đức tin bề ngoài
- **Những người tin Chúa** khao khát trải nghiệm Chúa Jesus một cách sâu sắc và hằng ngày
- **Các thánh bị bách hại** cần một lời kiên trì và hy vọng

Mỗi câu chuyện là một ngọn lửa. Cùng nhau, chúng là một lò lửa kêu gọi Giáo hội ăn năn, cải cách và phục hưng.

KÊU GỌI HÀNH ĐỘNG

"Này, Ta đứng ngoài cửa mà gõ..." — Khải Huyền 3:20

Các mục sư , hãy thanh lọc bục giảng khỏi sự thỏa hiệp và rao giảng bằng ngọn lửa thánh.

Các nhà lãnh đạo , hãy trở về với chiều sâu—đệ tử, đừng chỉ tụ tập.

Những người có đức tin hãy cầu nguyện với lòng khao khát, yêu thương với sự tận tụy và cháy bỏng với chân lý.

Các thánh đang chịu đau khổ , hãy trung thành—vương miện đang chờ đợi các bạn.
40 câu chuyện này chính là **lời kêu gọi của bạn** . Nhanh lên. Ăn năn. Rao giảng. Tỏa sáng.

Hãy chọn phần tốt hơn. Hãy chọn Chúa Jesus.
Hãy mở cửa ngay bây giờ.
Hãy để sự hồi sinh bắt đầu từ bạn.

Câu chuyện 1: Châu Phi – Mù quáng do tăng trưởng quá mức – Bàn thờ của tham vọng

Kinh Thánh : ***Luca 10:38-41, Khải Huyền 2:4-5, Ma-thi-ơ 23:15***

1. Ảo ảnh

Tại Lagos, Nigeria, Nhà thờ Kingdom House rực rỡ với mái vòm 10.000 chỗ ngồi. Mục sư John Okoro, 45 tuổi với các tấm biển quảng cáo trên toàn thành phố, đã rao giảng về sự tăng trưởng với lòng nhiệt thành rực lửa. Từ một chiếc lều đến một đế chế truyền thông, nhà thờ đã tổ chức các cuộc thập tự chinh, phát trực tiếp và hội nghị. #KingdomRising trở thành xu hướng, thu hút hàng nghìn người. Khẩu hiệu của John, "Xây dựng cho Vinh quang", vang vọng trong tiếng reo hò. Nhưng nhà thờ theo đuổi số lượng - chỗ ngồi, lễ vật, danh tiếng - hơn là sự thánh khiết. Các nhà lãnh đạo bỏ bê gia đình, ưu tiên chức vụ. Giống như Martha trong Luca 10:40, Kingdom House "bị phân tâm bởi nhiều việc phục vụ", dựng lên một bàn thờ tham vọng trong khi Chúa Jesus gõ cửa thép, tiếng gọi của Ngài bị mất trong tiếng gầm rú.

2. Tiếng gõ cửa

Trong một buổi phục hưng đông đúc, một nữ phó tế tên là Mercy đã đứng lên. Bà cảnh báo rằng, “Khải Huyền 3:1 chép rằng, 'Ngươi có tiếng là sống, nhưng ngươi đã chết'”. “Chúa Jesus đang gõ cửa, nhưng ngươi đang hy sinh linh hồn để thành công!" John nổi giận, nhưng lời của bà—tên vợ ông—thật đau đớn. Đêm đó, ông đọc Lu-ca 10:38-41, bị thuyết phục bởi "một điều cần thiết". Sự điên cuồng của nhà thờ—các sự kiện, số liệu, tiếng vỗ tay—phản ánh sự mất tập trung của Martha. Chúa Jesus tìm kiếm sự thân mật, nhưng tham vọng đã chặn cánh cửa. Lời cảnh báo của Mercy, vang vọng lời cầu xin thầm lặng của vợ ông, thúc giục John lắng nghe tiếng gõ cửa của Đấng Cứu Rỗi.

3. Cuộc khủng hoảng

Một vụ bê bối nổ ra: Sự vắng mặt của John dẫn đến sự sụp đổ của gia đình anh, bị phơi bày trước công chúng. #KingdomFalling trở thành xu hướng; đám đông thưa dần. Các nhà lãnh đạo thúc đẩy một sự sửa chữa của phương tiện truyền thông, nhưng những lời của Mercy—"sự ghê tởm tàn phá" trong Ma-thi-ơ 23:15—ám ảnh John. Anh đã đến thăm một nhóm cầu nguyện trong một nhà kho của nhà thờ, do một người lái xe, Tunde, dẫn đầu. Sự thờ phượng thô sơ của họ đã tiết lộ sự trống rỗng của Kingdom House. John đã nhìn thấy sự thật: sự tăng trưởng quá mức đã sinh ra một nhà thờ chết, danh tiếng của nó chỉ là một vỏ bọc (Khải Huyền 3:1), mời gọi sự phán xét khi các gia đình và đức tin sụp đổ.

4. Phần còn lại

John đã triệu tập một buổi lễ ăn năn trong một cánh đồng. "Chúng ta đã mất Chúa Jesus," ông thú nhận với 1.500 người ở lại. Ông cắt giảm các hội nghị, ưu tiên cho việc môn đồ hóa và gia đình. Một số người còn sót lại—Tunde, Mercy và những người khác—đã nghiên cứu Khải Huyền 3:2: "Hãy củng cố những gì còn lại." Lu-ca 10:42 đã hướng dẫn họ: "Phần tốt hơn." Họ đã cố vấn cho các cặp vợ chồng, phục vụ người nghèo. Một gia đình tan vỡ đã được hòa giải; một thanh niên đã tìm thấy mục đích sống. Những người còn sót lại đã chọn sự thân mật, mở ra cánh cửa đến với sự hiện diện của Chúa Jesus.

5. Lời cảnh báo của thiên đường

Sự sụp đổ của Kingdom House cảnh báo các nhà thờ tăng trưởng quá mức: Tham vọng lừa dối. Khải Huyền 3:1 phơi bày danh tiếng đã chết. Ma-thi-ơ 23:15 tiên đoán sự hoang tàn cho các bàn thờ trống rỗng. Bạn sẽ theo đuổi vinh quang hay Đấng Christ? Những người còn sót lại chỉ đường: khiêm nhường, tận tụy, đầu hàng. Các mục sư, hãy ưu tiên gia đình; các nhà lãnh đạo, hãy môn đồ hóa sâu sắc; các tín đồ, hãy tìm kiếm Chúa Jesus. Hãy mở cửa cho Ngài ngay bây giờ, nếu không chân đèn của bạn sẽ đổ. Hãy hành động ngay hôm nay—thời gian đang trôi qua!

Câu chuyện 2: Châu Phi – Những lối tắt của môn đồ – Mùa gặt không được tính

Kinh Thánh: Luca 10:38-41, Khải Huyền 2:4-5, Ma-thi-ơ 23:15

1. Ảo tưởng

Tại Nairobi, Kenya, Nhà thờ Glory Path đã có tới 5.000 thành viên. Mục sư Esther, một nhà truyền giáo 42 tuổi, đã rao giảng về sự cứu rỗi tức thời, tổ chức các cuộc thập tự chinh kêu gọi đến bàn thờ. Hàng trăm người, giống như sinh viên Anita, đã vội vã tiến lên hàng tuần, "sự cải đạo" của họ đã được ghi nhận. Xu hướng #GlorySaved đã lan rộng, lấp đầy hội trường được thắp sáng bằng đèn neon với những lời hứa "Faith Fast". Nhưng những người cải đạo đã biến mất, không được cố vấn; các nhà lãnh đạo chạy theo số lượng hơn là sự nuôi dưỡng. Giống như Martha trong Luca 10:40, Glory Path đã "bị phân tâm bởi nhiều sự phục vụ", gieo những hạt giống nông cạn trong khi Chúa Jesus gõ cửa kính của mình, lời kêu gọi của Ngài bị nhấn chìm bởi tiếng vỗ tay.

2. Tiếng gõ cửa

Tại một buổi phục hưng ở trường đại học, một người cố vấn tên là Ruth đã đứng lên. "Khải Huyền 3:15 nói rằng, 'Các ngươi hâm hẩm'", bà cảnh báo. "Chúa Jesus đang gõ cửa, nhưng lối tắt của các ngươi đã khóa Ngài lại!" Esther chế giễu, nhưng lời của Ruth đã chạm đến. Đêm đó, Esther đọc Luca 10:38-41, bị thuyết phục bởi "một điều cần thiết". Những lời kêu gọi nhanh chóng lên bàn thờ của Glory Path đã bỏ qua việc môn đồ hóa, tôn vinh số lượng hơn là sự chăm sóc. Chúa Jesus đã đưa ra chiều sâu, nhưng sự vội vàng đã chặn cánh cửa. Lời cảnh báo của Ruth vang vọng, thúc giục Esther lắng nghe tiếng gõ cửa của Đấng Cứu Rỗi.

3. The Crisis

Một bài đăng trên blog của Anita, một người cải đạo đã sa ngã, phơi bày sự thờ ơ: không ai dạy dỗ cô ấy qua chấn thương. #GloryFailed thịnh hành; các thành viên đã rời đi. Nhóm của Esther đã lên kế hoạch sửa chữa quan hệ công chúng, nhưng những lời của Ruth —sự hoang tàn của Ma-thi-ơ 23:15—ám ảnh cô. Cô tham gia một buổi học Kinh thánh trong ký túc xá, do một sinh viên tên là Mary dẫn dắt. Đức tin sâu sắc của họ đã tiết lộ sự nông cạn của Glory

Path. Esther đã nhìn thấy sự thật: những lối tắt đã tạo ra một vụ mùa ấm áp, có nguy cơ bị từ chối (Khải Huyền 3:16), những linh hồn của họ không được tính đến trước Chúa.

4. Người còn sót lại

Esther đã tổ chức một buổi xưng tội trong công viên. "Chúng ta đã phụ lòng Chúa Jesus," bà nói với 1.000 người ở lại. Bà đã khởi xướng chương trình cố vấn, thay thế cho những lời kêu gọi nhanh chóng đến bàn thờ. Một người còn sót lại—Mary, Ruth và những người khác—đã đón nhận "phần tốt hơn" của Luca 10:42, môn đồ hóa một cách cẩn thận. Họ đã tư vấn cho thanh thiếu niên, khôi phục lòng tin. Anita đã trở lại, tìm thấy sự chữa lành; một thiếu niên dẫn đầu hoạt động tiếp cận. Người còn sót lại đã bám rễ sâu, mở ra cánh cửa đến với lẽ thật của Chúa Jesus.

Sự sụp đổ của Đường Vinh Quang Cảnh **Báo Thiên Đàng cảnh báo các nhà thờ đang đi tắt: Đức tin thờ ơ mời gọi sự từ chối (Khải Huyền 3:16).**
Ma-thi-ơ 23:15 tiên đoán sự hoang tàn cho những vụ mùa không đếm xuể. Bạn sẽ đếm hay dạy? Phần còn sót lại chỉ đường: kiên nhẫn, nuôi dưỡng, tận tụy. Các mục sư, hãy siêng năng làm môn đồ; các nhà lãnh đạo, hãy quan tâm sâu sắc; các tín đồ, hãy bám rễ. Hãy mở cánh cửa đến chiều sâu của Chúa Jesus ngay bây giờ, nếu không linh hồn bạn sẽ héo mòn. Hãy hành động ngay hôm nay—giờ phút này rất cấp bách!

Câu chuyện 3: Châu Phi – Sự Phục Hưng Tham Nhũng – Sự Cúng Dường Đã Tan Vỡ

Kinh Thánh : *Luca 10:38-41, Khải Huyền 2:4-5, Ma-thi-ơ 23:15*

1. Ảo tưởng

Tại Accra, Ghana, Nhà thờ Blessed Hope sừng sững với một nhà thờ lớn mới. Mục sư Kwame, một nhà truyền giáo truyền hình 50 tuổi, rao giảng về sự thịnh vượng, thúc giục "lễ vật Isaac" để đổi thay thần thánh. Những góa phụ như Mama Beatrice đã hiến đất, thúc đẩy chiến dịch #BlessedRise. Đám đông nhảy múa, gieo hạt giống cho phép lạ. Nhưng lễ vật đã tài trợ cho sự xa hoa của Kwame; người nghèo bị lãng quên. Giống như Martha trong Luca 10:40, Blessed Hope đã "bị phân tâm bởi việc phục vụ nhiều", theo đuổi sự hào nhoáng của sự phục hưng trong khi Chúa Jesus gõ cửa những cánh cửa bằng đá cẩm thạch, tiếng gọi của Ngài bị lạc trong sự nhiệt thành.

2. Tiếng gõ cửa

Tại một cuộc gây quỹ, một trưởng lão tên là Grace đã đứng lên. "Khải Huyền 2:4 chép rằng, 'Các ngươi đã từ bỏ tình yêu đầu tiên của mình,'" bà cảnh báo. "Chúa Jesus đang gõ cửa, nhưng các ngươi lại bóc lột chiên của Ngài!" Kwame ra hiệu an ninh, nhưng lời nói của bà lại làm đau lòng. Đêm đó, ông đọc Lu-ca 10:38-41, bị thuyết phục bởi "một điều cần thiết". Những ngày đầu của Blessed Hope—cầu nguyện, chăm sóc—đã phai nhạt vì lòng tham. Chúa Jesus tìm kiếm công lý, nhưng sự tham nhũng đã chặn cánh cửa. Lời cảnh báo của Grace vang vọng, thúc giục Kwame lắng nghe tiếng gõ cửa của Đấng Cứu Rỗi.

3. Cuộc khủng hoảng

Một bài viết vạch trần việc Mama Beatrice bị đuổi sau khi dâng hiến tất cả; các lễ vật làm giàu cho các nhà lãnh đạo. #BlessedScam trở thành xu hướng; nhà thờ trống rỗng. Nhóm của Kwame đã thúc đẩy một bản sửa lỗi truyền thông, nhưng những lời của Grace— sự hoang tàn của Matthew 23:15—ám ảnh ông. Ông tham gia một nhóm cầu nguyện trong một khu chợ, do một thương nhân tên là Kofi dẫn đầu. Sự thờ phượng thô sơ của họ đã vạch trần sự tha hóa của Blessed Hope. Kwame đã nhìn thấy sự thật: lòng tham đã dập tắt tình yêu thương của nhà thờ, mời gọi sự phán xét (Khải Huyền 2:5), các lễ vật của nhà thờ bị phá vỡ trước Chúa.

4. Nhóm người còn sót lại

Kwame đã tổ chức một buổi lễ ăn năn tại một cánh đồng. "Chúng ta đã cướp Chúa Jesus," ông khóc với 1.200 người đến. Ông bán tài sản, giúp đỡ người nghèo. Một nhóm người còn sót lại—Kofi, Grace và những người khác—đã nghiên cứu Khải Huyền 2:5, quay trở lại với tình yêu ban đầu. Lu-ca 10:42 đã hướng dẫn họ: "Phần tốt hơn." Họ đã cho Mama Beatrice ở, khôi phục lại lòng tin. Một góa phụ đã tìm thấy hy vọng; một cuộc phục hưng do thanh niên lãnh đạo. Nhóm người còn sót lại đã thắp lại đức tin, mở ra cánh cửa đến với sự hiện diện của Chúa Jesus.

5. Lời cảnh báo của Thiên đàng

Sự sụp đổ của Blessed Hope cảnh báo các hội thánh phục hưng: Lòng tham dập tắt đức tin. Khải Huyền 2:5 thúc giục, "Hãy ăn năn và làm những việc bạn đã làm lúc đầu." Ma-thi-ơ 23:15 báo trước sự hoang tàn cho các lễ vật hư hỏng. Bạn sẽ khai thác hay nâng đỡ? Phần còn sót lại chỉ ra con đường: công bằng, trong sạch, đầu hàng. Các mục sư, hãy quản lý một cách khôn ngoan; các nhà lãnh đạo, hãy bảo vệ những người yếu đuối; các tín đồ, hãy khiêm nhường ban cho. Hãy mở cửa cho Chúa Jesus ngay bây giờ, nếu không ngọn lửa của bạn sẽ tắt. Hãy hành động ngay hôm nay—sự phán xét đang đến gần!

Câu chuyện 4: Bắc Mỹ – Thỏa hiệp thân thiện với người tìm kiếm – Tiếng ồn không có dinh dưỡng

Kinh Thánh ***: Luca 10:38-41, Khải Huyền 3:15-16, Ma-thi-ơ 23:15***

1. Ảo tưởng

Tại Houston, Texas, Nhà thờ Radiant Life đã lấp đầy một nhà hát có sức chứa 7.000 chỗ ngồi. Mục sư Sarah, một người 38 tuổi với một vlog lan truyền, đã rao giảng về đức tin cảm thấy tốt, tránh xa tội lỗi. Ứng dụng của nhà thờ cung cấp "lễ cầu nguyện về sức khỏe" và quán cà phê của nhà thờ tổ chức các buổi tĩnh tâm. #RadiantVibe trở thành xu hướng, thu hút những người trẻ như Ruth, một tình nguyện viên bận rộn. Câu khẩu hiệu của Sarah, "Sống theo ánh sáng của bạn", đã chật kín những băng ghế. Nhưng sự thật đã bị làm dịu đi; sự thân mật với Chúa bị gạt sang một bên. Giống như Martha trong Luca 10:40, Radiant Life đã "bị phân tâm bởi nhiều công việc phục vụ", ồn ào tìm kiếm những người tìm kiếm trong khi Chúa Jesus gõ cửa những cánh cửa bóng bẩy của nhà thờ, tiếng gọi của Ngài bị chìm trong tiếng ồn.

2. Tiếng gõ cửa

Tại một buổi lễ "rung cảm", một y tá tên là Clara đứng dậy. "Khải Huyền 3:15 nói rằng, 'Các ngươi hâm hẩm'", cô cảnh báo. "Chúa Jesus đang gõ cửa, nhưng sự bận rộn của các ngươi đã khóa Ngài ở ngoài!" Sarah chế giễu, nhưng lời của Clara đã chạm đến. Đêm đó, Sarah đọc Lu-ca 10:38-41, bị thuyết phục bởi "một điều cần thiết". Các hoạt động của Radiant Life—hợp xướng, sự kiện, trò chuyện—thiếu chiều sâu, chạy theo sự hấp dẫn hơn là sự thật. Chúa Jesus đã cung cấp thức ăn, nhưng sự thỏa hiệp đã chặn cánh cửa. Lời cảnh báo của Clara vang vọng, thúc giục Sarah lắng nghe tiếng gõ cửa của Đấng Cứu Rỗi.

3. Cuộc khủng hoảng Sự

sụp đổ của Ruth trên sân khấu vì kiệt sức đã gây ra sự phẫn nộ; việc giảng dạy hời hợt khiến các thành viên trở nên trống rỗng. #RadiantFail trở thành xu hướng; đám đông đã rời đi. Nhóm của Sarah đã lên kế hoạch đổi thương hiệu, nhưng những lời của Clara— sự hoang tàn của Matthew 23:15—đã ám ảnh cô. Cô đã tham gia một nhóm cầu nguyện trong một nhà nguyện, do một nhân viên pha chế, Joel, dẫn đầu. Sự thờ phượng lặng lẽ của họ đã phơi bày sự trống rỗng của Radiant Life. Sarah đã nhìn thấy sự thật: sự bận rộn thân thiện với người tìm kiếm đã sinh ra một nhà thờ thờ ơ, có nguy cơ bị từ chối (Khải Huyền 3:16), tiếng ồn của nó không có chất dinh dưỡng.

4. Phần còn sót lại

Sarah đã tổ chức một buổi xưng tội trong công viên. "Chúng ta đã mất Chúa Jesus," bà nói với 1.000 người ở lại. Bà cắt bỏ các chương trình hời hợt, dạy về sự gần gũi với Chúa. Một phần còn sót lại—Joel, Clara, Ruth và những người khác—đã đón nhận "phần tốt hơn" của Luca 10:42, cầu nguyện sâu sắc. Họ phục vụ cộng đồng, khôi phục đức tin. Ruth đã tìm thấy sự nghỉ ngơi; một người hoài nghi đã tìm thấy Chúa Kitô. Phần còn sót lại tỏa sáng với Chúa, mở ra cánh cửa đến với sự hiện diện của Chúa Jesus.

5. Lời cảnh báo của Thiên đàng

Sự sụp đổ của Radiant Life cảnh báo các nhà thờ thân thiện với người tìm kiếm: Sự bận rộn sinh ra sự hâm hẩm (Khải Huyền 3:16). Ma-thi-ơ 23:15 dự đoán sự hoang tàn cho tiếng ồn trống rỗng. Bạn sẽ theo đuổi sự rung cảm hay chiến thắng? Những người còn sót lại chỉ đường: chân thật, yên tĩnh, đầu hàng. Các mục sư, hãy rao giảng chiều sâu; các nhà lãnh đạo, hãy làm gương về sự thân mật; các tín đồ, hãy tìm kiếm sự im lặng. Hãy mở cánh cửa đến với lẽ thật của Chúa Jesus ngay bây giờ, hoặc sẽ bị nhổ ra. Hãy hành động ngay hôm nay—giờ phút này rất quan trọng!

Câu chuyện 5 : Bắc Mỹ – Mù lòa do tăng trưởng quá mức – Ảo ảnh Megachurch

Kinh Thánh: Luca 10:38-41, Khải Huyền 3:1-3

1. Ảo ảnh

Tại trung tâm Dallas, Texas, Nhà thờ New Horizon sáng rực như ngọn hải đăng. Thánh đường có sức chứa 20.000 chỗ ngồi của nhà thờ tràn ngập ánh sáng, ban nhạc sống và một quán cà phê sánh ngang với Starbucks. Mục sư Ryan, một người đàn ông 40 tuổi đầy lôi cuốn với một cuốn sách bán chạy nhất, đã lãnh đạo một giáo đoàn chật kín các băng ghế và phát trực tuyến các buổi lễ đến hàng triệu người. Nhà thờ tự hào về các chương trình cộng đồng, sứ mệnh toàn cầu và một khu dành cho thanh thiếu niên với các nghiên cứu Kinh thánh VR. Số người tham dự tăng vọt, các khoản quyên góp đổ về và mạng xã hội xôn xao với #NewHorizonVibes. Ryan rao giảng về sự thịnh vượng và mục đích, giọng nói của ông vang vọng qua hệ thống âm thanh hiện đại. "Chúng ta đang thay đổi thế giới vì Chúa Jesus!" ông tuyên bố hàng tuần, khi tiếng vỗ tay át đi sự nghi ngờ. Tuy nhiên, bên dưới bề mặt bóng bẩy, các thành viên vội vã từ sự kiện này sang sự kiện khác, lịch trình của họ dày đặc nhưng tâm hồn họ lại khô cằn. Giống như Martha trong Luca 10:40, họ "bị phân tâm bởi nhiều việc phục vụ", không biết rằng Chúa Jesus đang đứng bên ngoài cánh cửa lấp lánh của họ.

2. Tiếng gõ cửa

Một ngày Chủ Nhật, một người lạ lẻn vào hàng ghế sau. Mặc quần áo cũ, bà cầm một quyển Kinh Thánh rách nát. Trong lúc cầu nguyện công khai, bà đứng dậy, giọng run rẩy nhưng rõ ràng: “Khải Huyền 3:1 chép rằng: 'Ngươi có tiếng là sống, nhưng ngươi đã chết.' Chúa Jesus đang gõ cửa, nhưng các ngươi quá bận rộn để nghe Ngài.” Hội chúng dịch chuyển một cách khó chịu; Ryan mỉm cười gượng gạo, ra hiệu cho người hầu hộ tống bà ra ngoài. Nhưng lời bà nói vẫn còn đó, đâm sâu vào tim Ryan. Đêm đó, không ngủ được, anh mở Kinh Thánh ra đến Lu-ca 10:38-41. Lời Chúa Jesus nói với Martha làm anh đau nhói: “Ngươi lo lắng và bối rối về nhiều việc, nhưng chỉ có một việc cần thiết.” Ryan thấy sự điên cuồng của nhà thờ mình—các sự kiện, số liệu, lượt thích—phản ánh sự mất tập trung của Martha. Chúa Jesus đã ở cửa, nhưng New Horizon quá ồn ào để nhận ra.

3. Cuộc khủng hoảng

Tuần sau, một vụ bê bối nổ ra. Một cuộc kiểm toán đã tiết lộ các quỹ được quản lý sai: hàng triệu đô la được chuyển vào tiếp thị và các dự án cá nhân của Ryan, trong khi các chương trình tiếp cận cộng đồng địa phương bị thiếu hụt. Phương tiện truyền thông xã hội bùng nổ với những lời buộc tội tham lam. Lượng người tham dự giảm mạnh; các nhà tài trợ đã rút lui. Ryan đối mặt với hội đồng quản trị của mình, những người yêu cầu một chiến dịch quan hệ công chúng để "làm mới thương hiệu". Nhưng những lời của người lạ ám ảnh anh: "Bạn đã chết". Anh đã đến thăm một nhóm cầu nguyện nhỏ trong tầng hầm của nhà thờ, do một người gác cổng tên là Maria dẫn đầu. Ở đó, anh thấy sự thờ phượng thô sơ - không có đèn, không có máy quay, chỉ có những trái tim đang khóc than. Maria đã trích dẫn Ma-thi-ơ 23:15, cảnh báo về sự hoang tàn khi nhà thờ ưu tiên bản thân hơn Chúa. Ryan đã nhìn thấy sự trống rỗng: Thành công của New Horizon là một ảo ảnh, được xây dựng trên sự phô trương, không phải sự đầu hàng.

4. Phần còn lại

Ryan triệu tập một cuộc họp khẩn cấp, không phải ở nơi thánh đường mà ở bãi đậu xe. "Chúng ta đã lạc lối," anh thú nhận với 2.000 người có mặt. "Chúng ta theo đuổi sự tăng trưởng, không phải Chúa Jesus." Anh hủy bỏ các sự kiện, chuyển hướng tiền cho người nghèo. Một số người còn sót lại—Maria, một số thanh thiếu niên và những người khác—ở lại, khao khát sự thân mật với Chúa Kitô. Họ bắt đầu họp tại nhà, nghiên cứu Khải Huyền 3:2: "Hãy thức dậy và làm cho vững mạnh những gì còn lại." Họ cầu nguyện, khóc lóc và phục vụ những người bị lãng quên của thành phố. Niềm tin dần trở lại, không phải ở số lượng mà ở những cuộc sống được biến đổi. Một bà mẹ đơn thân đã tìm thấy hy vọng thông qua ngân hàng thực phẩm của họ; một thiếu niên đã cai nghiện sau khi được họ hướng dẫn. Những người còn sót lại đã chọn "một điều cần thiết" (Lu-ca 10:42), ngồi dưới chân Chúa Jesus thay vì theo đuổi thành công thế gian.

5. Lời cảnh báo của thiên đường

Sự sụp đổ của New Horizon là lời cảnh báo cho các nhà thờ say sưa với sự tăng trưởng quá mức. Khải Huyền 3:3 thúc giục, "Hãy nhớ lại những gì bạn đã nhận và nghe. Hãy giữ lấy và ăn năn." Các nhà thờ lớn ngày nay có nguy cơ xây dựng đế chế trong khi Chúa Jesus đứng bên ngoài, gõ cửa.

Thế giới hoan nghênh đám đông và sự lôi cuốn, nhưng Thiên đàng đo lường lòng tận tụy. Bạn sẽ ưu tiên các chương trình hơn lời cầu nguyện, số liệu hơn lòng thương xót? Chúa Jesus kêu gọi bạn thức dậy trước khi sự hoang tàn đến (Ma-thi-ơ 23:15). Hãy ăn năn về thành công ích kỷ; quay trở lại với sự thờ phượng giản dị. Những người còn sót lại chỉ đường: nhỏ bé, trung tín, đầu hàng. Hãy mở cửa cho Chúa Jesus, nếu không chân đèn của bạn sẽ bị cất đi. Hãy chọn sự thân mật hơn ảo tưởng—ngay bây giờ.

Câu chuyện 6 : Châu Phi – Sự Phục Hưng Sự Tham Nhũng – Bàn Thờ Tro Tàn

Kinh Thánh: Luca 10:38-41, Khải Huyền 2:4-5, Ma-thi-ơ 23:15

1. Ảo ảnh

Tại Accra, Ghana, Fire of Glory Ministries đã cháy sáng. Các buổi họp phục hưng của Mục sư Samuel đã lấp đầy một căn lều có sức chứa 10.000 chỗ ngồi với những người thờ phượng tìm kiếm phép lạ. Các tấm biển quảng cáo khoe khoang về sự chữa lành và các buổi phát trực tiếp đã tiếp cận hàng triệu người trên khắp Châu Phi. Dàn hợp xướng của nhà thờ đã lưu diễn toàn cầu và dự án trại trẻ mồ côi của họ đã giành được giải thưởng. Samuel, một nhà thuyết giáo nhiệt thành trong bộ vest được may đo riêng, tuyên bố, "Quyền năng của Chúa ở đây!" Các khoản dâng hiến tràn ngập, tài trợ cho các máy bay phản lực tư nhân và một trụ sở sáng bóng. Đám đông nhảy múa, la hét và gieo "hạt giống đức tin" để được ban phước. Tuy nhiên, sự điên cuồng đã che giấu một lõi rỗng. Các thành viên theo đuổi phép lạ nhưng lại bỏ bê lời cầu nguyện; các nhà lãnh đạo ưu tiên danh tiếng hơn đức tin. Giống như Martha trong Luca 10:40, Fire of Glory đã "bị phân tâm bởi nhiều việc phục vụ", không để ý đến Chúa Jesus đang đứng ở cửa, tiếng gõ cửa của Ngài bị át đi bởi tiếng gầm của sự phục hưng.

2. Tiếng gõ cửa

Trong một cuộc thập tự chinh đêm thứ sáu, một phụ nữ lớn tuổi tên là Grace, một thành viên sáng lập, đã đứng không được mời. Bà cầm chặt quyển Kinh thánh của mình, trích dẫn Khải huyền 2:4: "Ngươi đã từ bỏ tình yêu ban đầu của mình." Giọng bà vang lên giữa tiếng nhạc: "Chúa Jesus đang gõ cửa, nhưng các ngươi đã biến ngôi nhà của Ngài thành một cái chợ!" Đám đông há hốc mồm; Samuel vẫy tay ra hiệu cho bà đi, nhưng lời bà vẫn vang vọng. Đêm đó, Samuel đọc Luca 10:38-41, bị thuyết phục bởi lời khiển trách của Chúa Jesus với Martha: "Một điều cần thiết." Ông nhớ lại những ngày đầu của nhà thờ— những buổi họp mặt đơn giản, lời cầu nguyện sốt sắng, tình yêu chân thành. Bây giờ, Lửa Vinh quang đuổi theo cảnh tượng, bàn thờ lạnh lẽo mặc dù có đám đông. Chúa Jesus đã ở trước cửa, nhưng nhà thờ quá say mê vinh quang của chính mình để nghe.

3. Cuộc khủng hoảng

Vài ngày sau, một người tố giác đã vạch trần sự tham nhũng. Các khoản tiền quyên góp dành cho trẻ mồ côi đã tài trợ cho lối sống xa hoa của Samuel; một số "cuộc chữa lành" đã được dàn dựng. Phương tiện truyền thông xã hội bùng nổ với #FireOfGloryFraud. Các cuộc biểu tình làm rung chuyển lều trại; số người tham dự giảm mạnh. Nhóm thân cận của Samuel thúc giục một cuộc tấn công truyền thông để cứu vãn thương hiệu, nhưng những lời của Grace ám ảnh anh: "Bỏ rơi tình yêu đầu tiên của bạn". Anh đã đến thăm một buổi cầu nguyện nhỏ trong một khu ổ chuột, do một nhà truyền giáo tàn tật tên là Kwame dẫn đầu. Ở đó, anh thấy sự thờ phượng thô sơ - không có máy quay, chỉ có nước mắt và Kinh thánh. Kwame đã trích dẫn Ma-thi-ơ 23:15, cảnh báo về "sự ghê tởm của sự hoang tàn" khi nhà của Chúa trở thành một sự giả dối. Samuel đã nhìn thấy sự thật: Sự hồi sinh của Lửa Vinh Quang là tro tàn, được xây dựng trên lòng tham, không phải trên Chúa.

4. Phần còn lại

Samuel đã triệu tập một buổi lễ ăn năn công khai, không phải trong lều mà là ở một cánh đồng lầy lội. "Chúng tôi đã phạm tội," ông khóc, xưng tội với 3.000 người đã đến. Ông bán tài sản, chuyển tiền cho người nghèo. Một số người còn sót lại—Grace, Kwame và những người khác—ở lại, khao khát sự thân mật với Chúa Jesus. Họ nghiên cứu Khải Huyền 2:5: "Hãy ăn năn và làm những việc các ngươi đã làm lúc đầu." Họ họp tại nhà, cầu nguyện, phục vụ những người góa bụa và chia sẻ bữa ăn. Một đứa trẻ đường phố đã tìm được nơi trú ẩn thông qua hoạt động tiếp cận của họ; đức tin của một người mẹ đã được phục hồi nhờ lòng tốt của họ. Những người còn sót lại đã chọn "phần tốt hơn" (Lu-ca 10:42), ngồi dưới chân Chúa Jesus thay vì theo đuổi phép lạ. Dần dần, ngọn lửa thực sự của Lửa Vinh Quang bùng cháy trở lại, không phải trong đám đông mà trong những tấm lòng ăn năn.

5. Lời cảnh báo của thiên đường

Sự sụp đổ của Fire of Glory cảnh báo các nhà thờ phục hưng của Châu Phi: Những phép lạ không có tình yêu sẽ mời gọi sự phán xét. Khải Huyền 2:5 thúc giục, "Hãy ăn năn, nếu không Ta sẽ cất chân đèn của ngươi đi." Bạn làm cho người ta lóa mắt với những dấu hiệu nhưng lại bỏ mặc Chúa Jesus ở cửa. Ma-thi-ơ 23:15 báo trước sự hoang tàn cho các bàn thờ bị hư hỏng. Bạn sẽ theo đuổi danh vọng thay vì đức tin, của lễ thay vì sự vâng lời? Những người còn sót lại chỉ đường: khiêm nhường, tận tụy, đầu hàng. Hãy quay trở lại với tình yêu đầu tiên của bạn—cầu nguyện, sự trong sạch, lòng trắc ẩn. Hãy mở cửa cho Chúa Jesus, nếu không ngọn lửa của bạn sẽ biến thành tro bụi. Hãy chọn sự thân mật thay vì ảo tưởng—ngay bây giờ

Câu chuyện 7: Châu Á – Sự thanh lọc của sự bức hại – Ngôi nhà đầu hàng

Kinh Thánh: Luca 10:38-41, Khải Huyền 3:8, Ma-thi-ơ 23:15

1. Ảo ảnh

Trong một khu rừng băng giá gần Bình Nhưỡng, Bắc Triều Tiên, một nhà thờ bí mật họp trong một túp lều mục nát. Anh Cả Kim, một người gầy gò 50 tuổi, dẫn đầu ba mươi tín đồ dưới ánh nến chập chờn. Họ hát thì thầm, hơi thở của họ có thể nhìn thấy trong không khí giá lạnh, trốn tránh các cuộc tuần tra của chính phủ. Giáo đoàn thuộc lòng Kinh thánh, chia sẻ gạo lậu và cầu nguyện cho sự tự do. Người ngoài có thể gọi họ là anh hùng, đức tin của họ được rèn luyện trong ngọn lửa của sự đàn áp. Nhưng bên dưới lòng dũng cảm của họ, những vết nứt đã hình thành. Một số người tích trữ thức ăn, sợ chết đói; những người khác tránh những người mới cải đạo, sợ bị phản bội. Giống như Martha trong Luca 10:40, họ "lo lắng và bối rối về nhiều điều", bản năng sinh tồn của họ làm lu mờ Đấng Cứu Rỗi của họ. Túp lều là nơi ẩn náu, nhưng sự thờ phượng của nó trở nên máy móc, một nghi lễ của sự bền bỉ. Chúa Giê-xu đứng ở cửa, gõ, nhưng nỗi sợ hãi đã làm nghẹt tiếng gọi của Ngài.

2. Tiếng gõ cửa

Một đêm nọ, một cô gái tuổi teen tên là Soo, mới được rửa tội, đã nói trong lúc cầu nguyện. Giọng cô run rẩy: "Khải Huyền 3:8 chép rằng: 'Ta đã đặt trước mặt các ngươi một cánh cửa mở, không ai có thể đóng được.' Chúa Jesus đang gõ cửa, nhưng chúng ta đang trốn tránh Ngài!" Kim nổi giận; cả nhóm căng thẳng. Cha của Soo đã bị bắt vì chia sẻ Phúc Âm—lời nói của cô có sức nặng. Kim đã đuổi cô đi, nhưng đêm đó, ông đã đọc Lu-ca 10:38-41. Những lời của Chúa Jesus nói với Martha đã đâm thấu ông: "Một điều cần thiết". Các chiến thuật sinh tồn của nhà thờ—tích trữ, cô lập—phản ánh sự mất tập trung của Martha. Chúa Jesus đã mở ra một cánh cửa dẫn đến đức tin sâu sắc hơn, nhưng họ vẫn bám vào sự tự bảo vệ. Kim khóc, cảm nhận được tiếng gõ cửa của Đấng Cứu Rỗi giữa những bức tường kẽo kẹt của túp lều.

3. Cuộc khủng hoảng

Vài ngày sau, một cuộc đột kích đã xảy ra. Những người lính bắt giữ Soo, cáo buộc cô phân phát Kinh thánh. Trong cảnh hỗn loạn, một số tín đồ đã bỏ chạy, giấu đồ tiếp tế; những người khác nêu tên để tự cứu mình. Kim, bị thẩm vấn, phải đối mặt với một sự lựa chọn: chối bỏ nhà thờ hoặc chết. Được thả ra bằng một khoản hối lộ, anh ta trở về với một đàn chiên đã tan vỡ. Những lời của Soo vang vọng: "Một cánh cửa mở". Anh ta tìm kiếm một cuộc họp còn sót lại trong một hang động, do một góa phụ tên là Hana dẫn đầu. Cô ấy đã trích dẫn Ma-thi-ơ 23:15, cảnh báo về sự hoang tàn khi nỗi sợ hãi lấn át đức tin. Kim đã nhìn thấy cuộc khủng hoảng: sự ngược đãi đã phơi bày sự ích kỷ của họ. Căn lều, từng là nơi linh thiêng, giờ đây trống rỗng, bàn thờ của nó bị ô uế bởi sự ngờ vực. Đức tin của họ, đã bị thử thách, đã sụp đổ dưới áp lực.

4. Phần còn lại

Kim đã tập hợp những người còn sót lại—Hana, năm người khác và một Soo được giải thoát—đến một nơi ẩn náu mới. "Chúng ta đã đóng cửa Chúa Jesus," anh thú nhận. Họ nghiên cứu Khải Huyền 3:8, nắm lấy cánh cửa hy sinh rộng mở. Những người còn sót lại đã chia sẻ phần cơm cuối cùng của họ với những người hàng xóm đang chết đói, liều lĩnh chịu phơi bày. Họ truyền giáo, tin cậy vào sức mạnh của Chúa. Lu-ca 10:42 đã truyền cảm hứng cho họ: "Mary đã chọn phần tốt hơn." Một kẻ đào ngũ đã tìm thấy Chúa Kitô qua lòng tốt của họ; một người lính, cảm động trước lòng dũng cảm của họ, đã tha cho họ. Những người còn sót lại lớn lên, không phải về số lượng mà là về chiều sâu, sự thờ phượng của họ nồng nhiệt, tình yêu của họ không sợ hãi. Sự bắt bớ đã thanh tẩy họ, mở ra cánh cửa cho sự hiện diện của Chúa Jesus.

5. Lời cảnh báo của thiên đường

Sự sụp đổ của túp lều cảnh báo các nhà thờ bị đàn áp: Thử thách chỉ tinh luyện thông qua sự đầu hàng. Khải Huyền 3:8 hứa hẹn một cánh cửa mở, nhưng nỗi sợ hãi có thể khóa nó lại. Ma-thi-ơ 23:15 báo trước sự hoang tàn cho sự chịu đựng vô đức tin. Bạn sẽ tích trữ mạng sống hay cho đi? Sự đàn áp không phải là cái cớ cho sự ích kỷ. Những người còn sót lại chỉ ra con đường: táo bạo, vị tha, tận tụy. Hãy mở cửa cho Chúa Jesus, nếu không thì sự đau khổ của bạn sẽ vô ích. Hãy chọn sự thân mật hơn là sự sống còn—ngay bây giờ.

Câu chuyện 8: Châu Âu – Truyền thống đã chết - Nhà thờ im lặng

Kinh thánh: Luca 10:38-41, Khải huyền 2:5, Ma-thi-ơ 23:15

1. Ảo ảnh

Tại Cologne, Đức, Nhà thờ St. Michael cao chót vót trên thành phố, những ngọn tháp theo phong cách gothic thu hút khách du lịch, chứ không phải người sùng bái. Cha Hans, một linh mục uyên bác, chủ trì các nghi lễ với sự chính xác. Những bài thánh ca của đàn organ vang vọng khắp các hành lang kính màu, và tình trạng di sản của nhà thờ đã tài trợ cho việc bảo trì nhà thờ. Các buổi lễ Chủ Nhật thu hút một số ít người già, đọc thuộc lòng các tín điều. Hans tự hào về truyền thống, quản lý các di tích và tổ chức các sự kiện văn hóa. Đối với thế giới, Nhà thờ St. Michael là một tượng đài của đức tin. Nhưng những dãy ghế dài của nhà thờ lạnh lẽo, những lời cầu nguyện của nhà thờ thì trống rỗng. Giống như Martha trong Luca 10:40, nhà thờ "bị phân tâm bởi nhiều việc phục vụ"—lễ nghi hơn là hiệp thông. Chúa Jesus đã gõ cửa những cánh cửa cổ kính của nhà thờ, nhưng âm thanh bị chìm trong tiếng lạch cạch của truyền thống.

2. Tiếng gõ cửa

Trong một buổi lễ Mùa Chay, một người tị nạn Syria tên là Miriam đứng đó, tay cầm chặt một quyển Kinh Thánh. "Khải Huyền 2:5 chép rằng, 'Hãy nhớ lại nơi ngươi đã sa ngã; hãy ăn năn,'" bà tuyên bố. "Chúa Jesus đang gõ cửa, nhưng các người thờ lạy đá, không phải Ngài!" Hans, bị xúc phạm, đã đuổi bà ra ngoài, nhưng lời bà vẫn còn nán lại. Đêm đó, ông đọc Luca 10:38-41, bị ấn tượng bởi lời kêu gọi của Chúa Jesus về "một điều cần thiết". Các nghi lễ của Thánh Michael, từng rất sôi động, đã trở thành một bảo tàng. Chúa Jesus đứng bên ngoài, nhưng sự hùng vĩ của nhà thờ đã làm điếc tai Hans trước tiếng gõ cửa của Ngài. Ông thấy lòng kiêu hãnh của chính mình khi giữ gìn hình thức hơn là đức tin.

3. Cuộc khủng hoảng

Một đám cháy, do hệ thống dây điện bị lỗi, đã tàn phá các di tích của nhà thờ. Tin tức gọi đó là một mất mát về mặt văn hóa; Hans đã nhìn thấy sự phán xét của Chúa. Lời cảnh báo của Miriam—"sự ghê tởm của sự hoang tàn" trong Ma-thi-ơ 23:15—đã vang lên sự thật. Giáo đoàn ngày càng thưa thớt; các nhà tài trợ đã rút lui. Hans đã đến thăm một nhóm thanh thiếu niên trong tầng hầm của nhà thờ, do một nhân viên pha chế tên là Lukas dẫn đầu. Những lời cầu nguyện thô sơ của họ, không có sự khoa trương, đã phơi bày sự trống rỗng của nhà thờ. Hans thừa nhận: Nhà thờ St. Michael đã chết, các truyền thống của nó là một ngôi mộ. Ngọn lửa đã thiêu rụi sự giả vờ, để lộ ra một nhà thờ đã quên mất tình yêu đầu tiên của mình.

4. Phần còn lại

Hans đã triệu tập một buổi cầu nguyện trong gian giữa bị cháy đen. "Chúng ta đã mất Chúa Jesus," ông thú nhận với 200 người đã đến. Ông từ bỏ các nghi lễ, thay vào đó dẫn dắt các buổi học Kinh thánh. Một số người còn sót lại—Lukas, Miriam và những người khác—đã chấp nhận lời kêu gọi ăn năn trong Khải huyền 2:5. Họ phục vụ những người tị nạn, chia sẻ tình yêu của Chúa Kitô. Luca 10:42 đã hướng dẫn họ: "Phần tốt hơn." Một người đàn ông vô gia cư đã tìm thấy nơi trú ẩn; một người hoài nghi đã tham gia lời cầu nguyện của họ. Những người còn sót lại đã xây dựng lại đức tin, không phải những bức tường, mở ra cánh cửa của nhà thờ lớn cho sự hiện diện của Chúa Jesus.

5. Lời cảnh báo của thiên đường

Sự đổ nát của Thánh Michael cảnh báo các nhà thờ ở Châu Âu: Truyền thống không có Chúa Jesus là sự chết. Khải Huyền 2:5 thúc giục, "Hãy làm những việc mà ngươi đã làm lúc đầu." Ma-thi-ơ 23:15 báo trước sự hoang tàn cho các nghi lễ vô hồn. Bạn sẽ bám víu vào di sản hay Chúa Kitô? Phần còn sót lại chỉ ra con đường: khiêm nhường, sống động, đầu hàng. Hãy mở cửa cho Chúa Jesus, nếu không chân đèn của bạn sẽ ngã. Hãy chọn sự thân mật thay vì thể chế—ngay bây giờ.

Câu chuyện 9: Nam Mỹ – Đệ tử - The Hollow Harvest

Kinh thánh: Luca 10:38-41, Khải huyền 3:15-16, Ma-thi-ơ 23:15

1. Ảo ảnh

Tại São Paulo, Brazil, Nhà thờ Vida Nova đã có tới 5.000 thành viên. Những bài giảng lạc quan và lễ rửa tội nhanh chóng của Mục sư Carla đã lấp đầy khán phòng hiện đại. Các tấm biển quảng cáo hứa hẹn "Một cuộc sống mới trong 30 ngày!" Các trại thanh thiếu niên và thử thách trên mạng xã hội đã thu hút đám đông. Lễ rửa tội diễn ra hàng tuần, với ít sự giảng dạy. Carla khoe khoang về sự phát triển, ứng dụng của cô có xu hướng #VidaNovaVibe. Nhưng nhà thờ lại nông cạn - các thành viên tham gia để được ban phước, không phải để biến đổi. Giống như Martha trong Luca 10:40, Vida Nova "lo lắng và bối rối về nhiều điều", theo đuổi số lượng hơn là chiều sâu. Chúa Jesus đã gõ cửa kính của nó, nhưng tiếng kêu của đức tin tức thời đã nhấn chìm Ngài.

2. Tiếng gõ cửa

Trong một buổi lễ rửa tội, một nhà truyền giáo tên là Pedro đã đứng lên. "Khải Huyền 3:15 chép rằng, 'Các ngươi không nóng cũng không lạnh'", ông cảnh báo. "Chúa Jesus đang gõ cửa, nhưng lối tắt của các ngươi đã ngăn cản Ngài!" Carla chế giễu, nhưng lời của Pedro đã chạm đến trái tim. Đêm đó, cô đọc Lu-ca 10:38-41, bị thuyết phục bởi "một điều cần thiết". Sự phát triển nhanh chóng của Vida Nova đã bỏ qua việc làm môn đồ, khiến những người cải đạo không có gốc rễ. Chúa Jesus đã đưa ra chiều sâu, nhưng nhà thờ lại chọn sự nhanh chóng. Carla cảm thấy tiếng gõ cửa của Ngài, thúc giục cô chậm lại.

3. Cuộc khủng hoảng

Một vụ bê bối nổ ra: các nhà lãnh đạo không được đào tạo đã xử lý sai tư vấn, khiến một thiếu niên tái nghiện. Phương tiện truyền thông xã hội quay sang Vida Nova; các thành viên rời đi. Lời cảnh báo của Pedro—sự hoang tàn của Ma-thi-ơ 23:15—lơ lửng. Carla đã đến thăm một nhóm học Kinh thánh nhỏ do một y tá tên là Ana dẫn đầu. Những cuộc thảo luận sâu sắc của họ đã phơi bày sự nông cạn của Vida Nova. Carla đã nhìn thấy sự thật: những lối tắt tạo ra một vụ thu hoạch rỗng tuếch, một nhà thờ hâm hẩm và bị nhổ ra (Khải Huyền 3:16).

4. Phần còn lại

Carla đã tổ chức một buổi xưng tội công khai tại khán phòng. "Chúng tôi đã làm các bạn thất vọng," bà nói với 1.000 người ở lại. Bà đã thay thế các phép báp têm nhanh chóng bằng sự cố vấn. Một số người còn sót lại—Ana, Pedro và những người khác—đã nghiên cứu Lu-ca 10:42, chọn "phần tốt hơn". Họ đã môn đồ hóa những thiếu niên, xây dựng lại lòng tin. Một người mẹ đang vật lộn đã tìm thấy mục đích; một thanh niên đã dẫn dắt một người bạn đến với Chúa Kitô. Số người còn sót lại đã trở nên mạnh mẽ, không đông đảo, mở ra cánh cửa đến với lẽ thật của Chúa Jesus.

5. Lời cảnh báo của thiên đường

Sự sụp đổ của Vida Nova cảnh báo các nhà thờ đang đi tắt đón đầu: Đức tin hời hợt sẽ mời gọi sự từ chối (Khải Huyền 3:16). Ma-thi-ơ 23:15 dự đoán sự hoang tàn cho những gốc rễ nông cạn. Bạn sẽ ưu tiên sự tăng trưởng hơn là sự tin kính? Phần còn sót lại chỉ ra con đường: kiên nhẫn, bám rễ, tận tụy. Hãy mở cánh cửa đến chiều sâu của Chúa Jesus, nếu không mùa gặt của bạn sẽ thối rữa. Hãy chọn sự thân mật hơn là sự dễ dãi—ngay bây giờ.

Câu chuyện 10: Úc – Sự thỏa hiệp thân thiện với người tìm kiếm - Giai đoạn không có Đấng Cứu Rỗi

Kinh thánh: Luca 10:38-41, Khải huyền 3:15-16, Ma-thi-ơ 23:15

1. Ảo ảnh

Tại Sydney, Úc, Nhà thờ Coastal Grace gây ấn tượng với khuôn viên hướng ra bãi biển. Mục sư Lauren, một người năng động 35 tuổi, đã dẫn dắt một giáo đoàn gồm 3.000 người với các bài giảng theo phong cách TED Talk và một ban nhạc thờ phượng sánh ngang với các buổi hòa nhạc nhạc pop. Ứng dụng của nhà thờ cung cấp các buổi cầu nguyện chánh niệm và quán cà phê của nhà thờ tổ chức các đêm mic mở. Các tấm biển quảng cáo tuyên bố, "Tìm cuộc sống tốt nhất của bạn!" Lượng người tham dự tăng vọt, đặc biệt là trong số những người trẻ tuổi đang tìm kiếm mục đích mà không có "tôn giáo". Phương tiện truyền thông xã hội rực rỡ với #CoastalGraceVibes. Nhưng nhà thờ đã làm loãng sự thật để thu hút sự chú ý—tội lỗi hiếm khi được nhắc đến, sự ăn năn bị gạt sang một bên. Giống như Martha trong Luca 10:40, Coastal Grace "bị phân tâm bởi việc phục vụ quá nhiều", tạo ra một mặt tiền thân thiện với người tìm kiếm trong khi Chúa Jesus gõ cửa kính của nhà thờ, tiếng gọi của Ngài bị chìm trong tiếng vỗ tay.

2. Tiếng gõ cửa

Trong một buổi lễ Chúa Nhật đông đúc, một tình nguyện viên lớn tuổi tên là Thomas đứng đó, run rẩy. "Khải Huyền

3:15 chép rằng, 'Các ngươi không nóng cũng không lạnh'", ông tuyên bố. "Chúa Jesus đang gõ cửa, nhưng các ngươi đã khóa Ngài lại vì những điều như thế!" Lauren cứng người; ban nhạc chơi to hơn để che đậy. Đêm đó, bà đọc Lu-ca 10:38-41, bị ấn tượng bởi lời của Chúa Jesus: "Một điều cần thiết". Các buổi lễ được trau chuốt của Coastal Grace đã giải trí nhưng không biến đổi. Chúa Jesus đã mang đến chiều sâu, nhưng nhà thờ lại theo đuổi sự liên quan. Lời cảnh báo của Thomas vang vọng—Lauren cảm thấy tiếng gõ cửa của Đấng Cứu Rỗi, thúc giục bà chọn sự thật thay vì xu hướng.

3. Cuộc khủng hoảng

Một video lan truyền đã vạch trần sự thỏa hiệp của nhà thờ: một nhà lãnh đạo thừa nhận đã làm loãng bài giảng để tăng lượng người tham dự. Các hashtag như #CoastalFake trở thành xu hướng; các thành viên đã rời đi hàng loạt. Nhóm của Lauren đã đề xuất đổi thương hiệu, nhưng những lời của Thomas—"sự ghê tởm tàn phá" trong Ma-thi-ơ 23:15—đã ám ảnh cô. Cô đã đến thăm một nhóm cầu nguyện nhỏ do một nhân viên pha chế, Emma, dẫn đầu, trong một phòng chứa đồ của nhà thờ. Sự thờ phượng thô sơ của họ, tập trung vào sự ăn năn, đã vạch trần sự trống rỗng của Coastal Grace. Lauren đã nhìn thấy sự thật: những lối tắt thân thiện với người tìm kiếm đã xây dựng nên một nhà thờ hờ hững, không nóng cũng không lạnh, sẵn sàng bị nhổ ra (Khải Huyền 3:16).

4. Phần còn lại

Lauren đã gọi một hội trường thị trấn trong bãi đậu xe. "Chúng ta đã mất Chúa Jesus", cô thú nhận với 500 người đã đến. Cô đã loại bỏ các chương trình hời hợt, rao giảng về tội lỗi và ân điển. Một số người còn sót lại—Emma, Thomas và những người khác—đã chấp nhận "phần tốt hơn" của Lu-ca 10:42, ưu tiên sự hiện diện của Chúa Jesus. Họ phục vụ những người vô gia cư, chia sẻ những lẽ thật Phúc âm táo bạo. Một người hoài nghi đã tìm thấy đức tin thông qua sự trung thực của họ; một gia đình đã hòa giải tại bàn thờ của họ. Những người còn sót lại lớn lên trong lửa, không phải kích thước, mở ra cánh cửa cho tiếng gọi của Chúa Jesus.

5. Lời cảnh báo của thiên đường

Sự sụp đổ của Coastal Grace cảnh báo các nhà thờ thân thiện với người tìm kiếm: Sự thỏa hiệp sinh ra sự nguội lạnh (Khải Huyền 3:16). Ma-thi-ơ 23:15 tiên đoán sự hoang tàn cho đức tin bị pha loãng. Bạn sẽ đuổi theo đám đông hay Đấng Christ? Phần còn sót lại chỉ ra con đường: chân thật, nhiệt thành, đầu hàng. Hãy mở cánh cửa đến với Phúc Âm trọn vẹn của Chúa Jesus, hoặc bị nhổ ra. Hãy chọn sự thân mật thay vì sự hoan hô—ngay bây giờ.

Câu chuyện 11: Cuộc đàn áp toàn cầu – Các nhà thờ ngầm – Tiếng kêu của tầng hầm Kinh thánh

: Luca 10:38-41, Khải huyền 2:10, Ma-thi-ơ 23:15

1. Ảo ảnh

Tại Tehran, Iran, một nhà thờ tại gia co cụm trong một tầng hầm ẩm ướt. Mục sư Reza, một cựu thợ máy, đã dẫn dắt hai mươi tín đồ trong buổi thờ phượng thì thầm, Kinh thánh của họ được giấu trong ván sàn. Họ chia sẻ bánh mì, cầu nguyện cho những người anh em bị bỏ tù và ghi nhớ Kinh thánh dưới một bóng đèn duy nhất. Sự ngược đãi đã tôi luyện đức tin của họ—những người bên ngoài coi họ là không thể lay chuyển. Nhưng nỗi sợ hãi đã len lỏi vào: một số người tránh tiếp cận, sợ bị bắt; những người khác ưu tiên sự an toàn hơn sự hy sinh. Giống như Martha trong Luca 10:40, họ "lo lắng và bối rối về nhiều điều", sự sống còn của họ làm lu mờ Đấng Cứu Rỗi của họ. Chúa Jesus gõ cửa tầng hầm, nhưng sự thận trọng đã làm nghẹt tiếng nói của Ngài.

2. Tiếng gõ cửa

Một đêm nọ, một người mới cải đạo tên là Leila đã mạnh dạn nói. "Khải Huyền 2:10 chép rằng, 'Hãy trung thành cho đến chết'", cô thúc giục. "Chúa Jesus đang gõ cửa, nhưng chúng ta đang trốn tránh tiếng gọi của Ngài!" Reza nổi giận; nỗi sợ hãi làm cả nhóm im lặng. Anh trai của Leila đang ở trong tù—lòng can đảm của cô bị tổn thương. Đêm đó, Reza đọc Lu-ca 10:38-41, bị thuyết phục bởi "một điều cần thiết". Sự thận trọng của nhà thờ đã ngăn cản sứ mệnh của Chúa Jesus. Ngài cảm thấy tiếng gõ cửa của Đấng Cứu Rỗi, kêu gọi họ đến với tình yêu không sợ hãi.

3. Cuộc khủng hoảng

Một cuộc đột kích xảy ra vài ngày sau đó. Lính canh bắt giữ Leila, tịch thu Kinh thánh. Một số tín đồ bỏ trốn; những người khác phản bội nơi trú ẩn an toàn để tự cứu mình.

Reza, được tha, đã đối mặt với sự hèn nhát của mình. Những lời của Leila—sự hoang tàn của Ma-thi-ơ 23:15—đã vang lên sự thật. Anh ta đã gia nhập một nhóm còn sót lại trong một hầm rượu mới, do một góa phụ, Sarah, lãnh đạo. Những lời cầu nguyện không sợ hãi của bà đã phơi bày sự nhút nhát của nhà thờ. Reza đã nhìn thấy sự thật: cuộc đàn áp đã thử thách đức tin của họ, để lộ một hầm rượu giống như một ngôi mộ hơn là nơi thánh, bị ô uế bởi nỗi sợ hãi.

4. Phần còn lại

Reza đã tập hợp những người còn sót lại—Sarah, Leila (đã được thả), và mười người khác. "Chúng ta đã đóng cửa Chúa Jesus," ông thú nhận. Họ nghiên cứu Khải Huyền 2:10, chấp nhận lòng trung thành tốn kém. Những người còn sót lại đã chia sẻ Phúc Âm, chấp nhận nguy cơ bị bắt. Lu-ca 10:42 đã truyền cảm hứng cho họ: "Phần tốt hơn." Một người lính canh đã cải đạo qua lời chứng của họ; một người hàng xóm đã tìm thấy hy vọng. Lòng can đảm của những người còn sót lại đã thắp sáng tầng hầm, mở ra cánh cửa cho quyền năng của Chúa Jesus.

5. Lời cảnh báo của thiên đường

Phiên tòa xét xử tầng hầm cảnh báo các nhà thờ ngầm: Nỗi sợ hãi có thể đóng cánh cửa của Chúa Jesus. Khải Huyền 2:10 kêu gọi lòng trung thành cho đến chết. Ma-thi-ơ 23:15 báo trước sự hoang tàn cho đức tin nhút nhát. Bạn sẽ ẩn náu hay tỏa sáng? Phần còn sót lại chỉ đường: táo bạo, hy sinh, tận tụy. Hãy mở cánh cửa cho sứ mệnh của Chúa Jesus, nếu không sự ngược đãi sẽ phá vỡ bạn. Hãy chọn sự thân mật hơn là sự an toàn—ngay bây giờ.

Câu chuyện 12: Nam Cực – Sự thức tỉnh của thời kỳ cuối cùng – Ngọn hải đăng cuối cùng

Kinh thánh: Luca 10:38-41, Khải huyền 3:20, Ma-thi-ơ 23:15

1. Ảo ảnh

Tại Trạm McMurdo, Nam Cực, một căn cứ nghiên cứu có 200 nhà khoa học. Tiến sĩ Elena, một nhà sinh vật học chuyển sang làm nhà thuyết giáo, đã dẫn đầu một buổi học Kinh thánh nhỏ trong một phòng ăn. Hầu hết đều phớt lờ bà, bị công việc và sự cô lập nhấn chìm. Nhóm hát thánh ca, nhưng sự thờ ơ ngự trị—các thành viên tham dự vì cộng đồng, không phải vì niềm tin. Vẻ đẹp đơn sơ của căn cứ phản ánh đức tin của họ: lạnh lùng, thực dụng, xa cách. Giống như Martha trong Luca 10:40, họ "bị phân tâm bởi nhiều việc phục vụ"—khoa học hơn là Đấng Cứu Rỗi. Chúa Jesus gõ cửa băng giá của họ, tiếng gọi của Ngài bị lạc trong tiếng hú của gió.

2. Tiếng gõ cửa

Trong cơn bão, Elena đã rao giảng Khải Huyền 3:20: "Này, Ta đứng ngoài cửa và gõ." Cô cầu xin, "Chúa Jesus ở đây, nhưng các người quá bận rộn để nghe!" Các đồng nghiệp chế giễu, nhưng lời cô vẫn còn đọng lại. Đêm đó, Elena đọc Lu-ca 10:38-41, và bị ấn tượng bởi "một điều cần thiết."

Thói quen của căn cứ—dữ liệu, sự sống còn—phản ánh sự mất tập trung của Martha. Chúa Jesus đã ban sự đánh thức, nhưng sự thờ ơ đã chặn cánh cửa. Elena cảm thấy tiếng gõ của Ngài, thúc giục sự hồi sinh.

3. Cuộc khủng hoảng

Một trận bão tuyết đã làm kẹt căn cứ, cắt điện. Sự hoảng loạn phơi bày sự trống rỗng về mặt tinh thần: các nhà khoa học cãi vã, tuyệt vọng. Lời cảnh báo của Elena—sự hoang tàn của Matthew 23:15—đã giáng một đòn mạnh. Cô tập hợp một nhóm cầu nguyện trong một phòng chứa đồ, do một đầu bếp, Mateo, dẫn đầu. Sự tôn thờ nồng nhiệt của họ đã tiết lộ sự nông cạn của nghiên cứu. Elena đã nhìn thấy sự thật: đức tin của căn cứ chỉ là một tia sáng, không phải ngọn lửa, bị dập tắt bởi sự thờ ơ.

4. Phần còn lại

Elena triệu tập một cuộc họp trong hội trường tối tăm. "Chúng ta đã phớt lờ Chúa Jesus," cô thú nhận với 50 người tham gia. Họ nghiên cứu Khải Huyền 3:20, mở lòng mình ra. Những người còn sót lại—Mateo và những người khác—đã cầu nguyện, ăn năn và chia sẻ đồ tiếp tế. Lu-ca 10:42 hướng dẫn họ: "Phần tốt hơn." Một nhà nghiên cứu có ý định tự tử đã tìm thấy hy vọng; một người hoài nghi đã tham gia thờ phượng. Những người còn sót lại đã trở thành ngọn hải đăng, mở ra cánh cửa đến với ánh sáng của Chúa Jesus.

5. Lời cảnh báo của thiên đường

Sự thức tỉnh của Nam Cực cảnh báo các nhà thờ thời kỳ tận thế: Sự thờ ơ khóa chặt Chúa Jesus. Khải Huyền 3:20 mời gọi tất cả mọi người mở cửa. Ma-thi-ơ 23:15 báo hiệu sự hoang tàn cho sự thờ ơ. Bạn sẽ ưu tiên nhiệm vụ hơn lòng tin? Những người còn sót lại chỉ đường: ăn năn, nhiệt thành, đầu hàng. Hãy mở cửa cho Chúa Jesus, nếu không bóng tối sẽ ngự trị. Hãy chọn sự thân mật ngay bây giờ—ngày tận thế đã gần kề.

Câu chuyện 1 3: Châu Á – Sự thanh tẩy sau cuộc bách hại – Ngọn lửa trong bóng tối

Kinh thánh: Luca 10:38-41, Khải huyền 2:10, Ma-thi-ơ 23:15

1. Ảo ảnh

Trong một ngôi làng bụi bặm ở Uttar Pradesh, Ấn Độ, một nhóm Cơ đốc giáo bí mật họp trong một nhà kho bằng gạch bùn. Mục sư Vijay, một cựu linh mục Ấn Độ giáo, đã dẫn năm mươi tín đồ dưới ánh đèn lồng, tiếng hát của họ bị bóp nghẹt để tránh đám đông cảnh giác. Họ chia sẻ những vụ mùa ít ỏi, cầu nguyện cho sự an toàn và dạy Kinh thánh cho trẻ em một cách bí mật. Những người ngoài cuộc thấy đức tin của họ là không thể phá vỡ, được thanh lọc bởi sự đàn áp. Nhưng những vết nứt đã xuất hiện: một số tích trữ thức ăn, sợ bị đột kích; những người khác xa lánh những người mới cải đạo, nghi ngờ có gián điệp. Giống như Martha trong Luca 10:40, họ "bị phân tâm bởi việc phục vụ nhiều", bản năng sinh tồn của họ lấn át sự tận tụy. Chúa Jesus đã gõ cánh cửa mỏng manh của nhà kho, nhưng nỗi sợ hãi và bản năng tự bảo vệ đã làm im tiếng gọi của Ngài.

2. Tiếng gõ cửa

Trong một buổi họp lúc nửa đêm, một góa phụ trẻ tên là Priya đã mạnh dạn phát biểu. "Khải Huyền 2:10 chép rằng, 'Hãy trung thành cho đến chết, và ta sẽ ban cho ngươi mão triều thiên sự sống'", bà tuyên bố. "Chúa Jesus đang gõ cửa, nhưng chúng ta đang đóng cửa lại trong sợ hãi!" Vijay giật mình; chồng bà đã bị tử đạo vì rao giảng. Cả nhóm im lặng, bị thuyết phục. Đêm đó, Vijay đọc Lu-ca 10:38-41, bị đâm thấu bởi lời của Chúa Jesus: "Một điều cần thiết". Sự thận trọng của họ—tích trữ, cô lập—phản ánh sự mất tập trung của Martha. Chúa Jesus đã ban tặng một vương miện thông qua sự hy sinh, nhưng họ bám chặt vào sự an toàn. Vijay cảm thấy tiếng gõ cửa của Ngài, thúc giục đức tin không sợ hãi.

3. Cuộc khủng hoảng

Một đám đông đã tấn công vài ngày sau đó, đốt cháy chuồng trại sau khi một người cải đạo phản bội. Vijay trốn thoát, nhưng Priya bị đánh. Một số tín đồ giấu đồ tiếp tế; những người khác chạy trốn khỏi làng. Những lời của Priya—"sự ghê tởm tàn phá" trong Ma-thi-ơ 23:15—vọng lại. Vijay tìm kiếm một số người còn sót lại trong một khoảng đất trống trong rừng, do một trưởng lão tên là Arjun dẫn đầu. Những lời cầu nguyện nhiệt thành của họ đã phơi bày sự ích kỷ của nhóm. Vijay đã nhìn thấy sự thật: sự ngược đãi đã phơi bày một đức tin rỗng tuếch, bị ô uế bởi sự ngờ vực. Tro tàn của chuồng trại phản ánh trạng thái tâm linh của họ, không chung thủy dưới sự thử thách.

4. Phần còn lại

Vijay tập hợp những người còn sót lại—Arjun, Priya (đã được chữa lành) và mười hai người khác—trong một hang động. "Chúng ta đã đóng cửa Chúa Jesus," anh thú nhận. Họ nghiên cứu Khải Huyền 2:10, chấp nhận lòng trung thành tốn kém. Những người còn sót lại chia sẻ những hạt thóc cuối cùng của họ với dân làng, liều lĩnh chịu nguy hiểm. Luca 10:42 đã truyền cảm hứng cho họ: "Phần tốt hơn." Một người hàng xóm theo đạo Hindu đã cải đạo nhờ lòng tốt của họ; gia đình của một đứa trẻ đã tham gia thờ phượng. Lòng can đảm của những người còn sót lại đã thắp sáng bóng tối, mở ra cánh cửa cho sức mạnh của Chúa Jesus.

5. Lời cảnh báo của thiên đường

Sự phá hủy của nhà kho cảnh báo các nhà thờ bị bách hại: Sợ hãi phản bội đức tin. Khải Huyền 2:10 kêu gọi lòng trung thành cho đến chết. Ma-thi-ơ 23:15 báo hiệu sự hoang tàn cho sự sống còn ích kỷ. Bạn sẽ tích trữ hay cho đi, ẩn náu hay tỏa sáng? Phần còn sót lại chỉ đường: hy sinh, táo bạo, tận tụy. Hãy mở cánh cửa đến với sứ mệnh của Chúa Giê-su, nếu không sự bách hại sẽ phá vỡ bạn. Hãy chọn sự thân mật thay vì sợ hãi—ngay bây giờ.

Câu chuyện 14: Châu Phi – Sự Phục Hưng Sự Tham Nhũng – Bàn Thờ Của Tham Vọng

Kinh Thánh: Luca 10:38-41, Khải Huyền 2:4-5, Ma-thi-ơ 23:15

1. Ảo ảnh

Tại Nairobi, Kenya, Nhà thờ Glory Arise đã lấp đầy một đấu trường có sức chứa 15.000 chỗ ngồi bằng sự thờ phượng bằng điện. Mục sư Naomi, một nhà truyền giáo trên truyền hình có lượng người theo dõi toàn cầu, đã rao giảng về phép lạ và sự thịnh vượng, khuôn mặt của bà xuất hiện trên các tấm biển quảng cáo trên khắp thành phố. Kênh truyền hình của nhà thờ phát sóng các buổi chữa lành, và các trường học lấp lánh những khoản quyên góp. Đám đông reo hò, gieo "hạt giống" cầu xin phước lành. Hashtag #GloryArise của Naomi trở thành xu hướng trên khắp Châu Phi. Nhưng ẩn sau sự hào nhoáng đó, lời cầu nguyện rất khan hiếm, và các khoản dâng hiến đã tài trợ cho dinh thự của bà. Giống như Martha trong Luca 10:40, nhà thờ "lo lắng và bối rối về nhiều điều", theo đuổi danh tiếng hơn là đức tin. Chúa Jesus đã gõ cửa cổng thép của đấu trường, nhưng tiếng ồn của tham vọng đã át mất Ngài.

2. Tiếng gõ cửa

Trong một cuộc thập tự chinh chữa lành, một phó tế già tên là Joseph đã đứng lên. "Khải Huyền 2:4 chép rằng, 'Ngươi đã từ bỏ tình yêu ban đầu của mình,'" ông cảnh báo. "Chúa Jesus đang gõ cửa, nhưng ngươi đã biến bàn thờ của Ngài thành một sân khấu!" Naomi ra hiệu an ninh, nhưng lời của Joseph đã đánh trúng. Đêm đó, bà đọc Luca 10:38-41, bị thuyết phục bởi "một điều cần thiết". Những ngày đầu của Glory Arise —những lời cầu nguyện khiêm nhường, những bữa ăn chung—đã phai nhạt vì sự phô trương. Chúa Jesus đã mang đến sự thân mật, nhưng tham vọng đã chặn cánh cửa. Naomi cảm thấy tiếng gõ cửa của Ngài, kêu gọi bà ăn năn.

3. Cuộc khủng hoảng

Một bài vạch trần đã tiết lộ gian lận: các diễn viên "được chữa lành" đã được trả tiền, và các quỹ dành cho trẻ mồ côi đã bị chuyển hướng. #GloryAriseFraud đã lan truyền rộng rãi; đấu trường trở nên trống rỗng. Nhóm của Naomi đã thúc đẩy một chiến dịch truyền thông, nhưng lời cảnh báo của Joseph—sự hoang tàn của Matthew 23:15—lơ lửng. Cô đã đến thăm một nhóm cầu nguyện ở khu ổ chuột do một người dọn dẹp, Mary, dẫn đầu. Sự thờ phượng thô sơ của họ đã vạch trần sự tha hóa của Glory Arise . Naomi đã nhìn thấy sự thật: tham vọng đã xây dựng một bàn thờ rỗng tuếch, mời gọi sự phán xét của Chúa.

4. Phần còn lại

Naomi đã tổ chức một buổi lễ ăn năn tại một cánh đồng. "Chúng ta đã mất Chúa Jesus," bà khóc với 2.000 người đến. Bà đã bán tài sản, tài trợ cho người nghèo. Một số người còn sót lại—Mary, Joseph và những người khác—đã nghiên cứu Khải Huyền 2:5, quay trở lại với tình yêu ban đầu. Luca 10:42 đã hướng dẫn họ: "Phần tốt hơn." Họ đã nuôi dưỡng trẻ em đường phố, khôi phục lại lòng tin. Một góa phụ đã tìm thấy hy vọng; một cuộc phục hưng do thanh niên lãnh đạo. Những người còn sót lại đã xây dựng lại đức tin, mở ra cánh cửa đến với sự hiện diện của Chúa Jesus.

5. Lời cảnh báo của thiên đường

Glory Arise cảnh báo các nhà thờ phục hưng: Tham vọng làm hỏng sự thờ phượng. Khải Huyền 2:5 thúc giục, "Hãy ăn năn và làm những việc bạn đã làm lúc đầu." Ma-thi-ơ 23:15 dự đoán sự hoang tàn cho các bàn thờ tham lam. Bạn sẽ theo đuổi danh vọng hay đức tin? Những người còn sót lại chỉ ra con đường: khiêm nhường, trong sạch, đầu hàng. Hãy mở cửa cho Chúa Jesus, nếu không chân đèn của bạn sẽ ngã. Hãy chọn sự thân mật thay vì tham vọng—ngay bây giờ.

Câu chuyện 15: Cuộc đàn áp toàn cầu – Các nhà thờ ngầm – Lời thì thầm trong đống đổ nát

Kinh thánh: Luca 10:38-41, Khải huyền 3:8, Ma-thi-ơ 23:15

1. Ảo ảnh

Ở Aleppo, Syria, một nhà thờ bí mật họp trong một tầng hầm bị đánh bom. Mục sư Elias, một cựu giáo viên, đã dẫn dắt bốn mươi tín đồ giữa đống đổ nát của chiến tranh. Họ chia sẻ bánh mì lậu, ghi nhớ Thi thiên và cầu nguyện cho hòa bình. Sự ngược đãi đã gắn kết họ lại—những người bên ngoài coi đức tin của họ như một ngọn hải đăng. Nhưng một số ưu tiên ẩn náu hơn là giúp đỡ; những người khác nghi ngờ các thành viên mới, sợ những người cung cấp thông tin. Giống như Martha trong Luca 10:40, họ đã "bị phân tâm bởi nhiều việc phục vụ", sự sống còn quan trọng hơn sự hy sinh. Chúa Jesus gõ cửa nứt nẻ của tầng hầm, nhưng sự thận trọng đã làm im tiếng Ngài.

2. Tiếng gõ cửa

Trong một buổi lễ im lặng, một thiếu niên tên là Noor đã lên tiếng. “Khải Huyền 3:8 nói rằng, 'Ta đã đặt trước mặt các ngươi một cánh cửa mở'”, cô thúc giục. “Chúa Jesus đang gõ cửa, nhưng chúng ta quá sợ hãi để trả lời!” Elias căng thẳng; mẹ của Noor đã bị giết trong một cuộc đột kích. Những lời của bà làm đau nhói. Đêm đó, Elias đọc Luca 10:38-41, bị thuyết phục bởi “một điều cần thiết”. Nỗi sợ hãi của nhà thờ đã ngăn cản lời kêu gọi của Chúa Jesus để yêu thương một cách táo bạo. Anh cảm thấy tiếng gõ cửa của Ngài, thúc giục lòng can đảm.

3. Cuộc khủng hoảng

Một cuộc không kích đã xảy ra, để lộ tầng hầm. Những kẻ cực đoan đã bắt giữ Noor; một số tín đồ đã phản bội những người khác để trốn thoát. Elias, được tha, đã đối mặt với sự nhút nhát của mình. Lời cảnh báo của Noor—sự hoang tàn của Matthew 23:15—đã vang lên sự thật. Anh ta đã gia nhập một nhóm còn sót lại trong cống, do một y tá, Fatima, dẫn đầu. Những lời cầu nguyện quên mình của họ đã tiết lộ sự hèn nhát của nhà thờ. Elias đã nhìn thấy sự thật: nỗi sợ hãi đã khiến đức tin của họ trở nên đổ nát, bị ô uế bởi sự tự bảo vệ.

4. Phần còn lại

Elias đã tập hợp những người còn sót lại—Fatima, Noor (được giải thoát), và tám người khác. "Chúng ta đã khóa Chúa Jesus ở ngoài," ông thú nhận. Họ nghiên cứu Khải Huyền 3:8, ôm lấy cánh cửa mở. Những người còn sót lại đã giúp đỡ những người tị nạn, liều lĩnh bị bắt. Luca 10:42 đã truyền cảm hứng cho họ: "Phần tốt hơn." Một người lính đã cải đạo; một gia đình đã tìm thấy hy vọng. Lòng can đảm của những người còn sót lại đã thắp sáng đống đổ nát, mở ra cánh cửa cho quyền năng của Chúa Jesus.

5. Lời cảnh báo của thiên đường

Phiên tòa ở Aleppo cảnh báo các nhà thờ ngầm: Nỗi sợ hãi đóng cửa Chúa Jesus. Khải Huyền 3:8 mở ra một cánh cửa, nhưng sự hèn nhát khóa chặt nó. Ma-thi-ơ 23:15 báo trước sự hoang tàn cho đức tin nhút nhát. Bạn sẽ ẩn náu hay chữa lành? Những người còn sót lại chỉ đường: táo bạo, vị tha, tận tụy. Hãy mở cánh cửa đến với sứ mệnh của Chúa Jesus, nếu không chiến tranh sẽ phá vỡ bạn. Hãy chọn sự thân mật thay vì sự sống còn—ngay bây giờ.

Câu chuyện 1 6: Bắc Mỹ – Mù lòa do tăng trưởng quá mức – Đế chế của

những câu Kinh thánh trống rỗng: Luca 10:38-41, Khải huyền 3:1-3, Ma-thi-ơ 23:15

1. Ảo ảnh

Tại Toronto, Canada, Nhà thờ Victory Point trải dài trên một khuôn viên đẹp đẽ, với 12.000 thành viên tham gia nhiều buổi lễ. Mục sư Ethan, một người đàn ông 38 tuổi với podcast đứng đầu bảng xếp hạng , đã rao giảng về sự tự lực được che đậy trong Kinh thánh. Ứng dụng của nhà thờ đã biến việc đóng thập phân thành trò chơi và buổi lễ thờ phượng theo phong cách hòa nhạc đã thu hút những người có sức ảnh hưởng. Các trung tâm cộng đồng và phát trực tiếp toàn cầu đã biến Victory Point thành một phong trào. Câu thần chú của Ethan, "Sống trong chiến thắng", đã tạo nên tiếng reo hò và các clip lan truyền. Nhưng nhà thờ đã theo đuổi các số liệu thống kê - lượt thích, chỗ ngồi, đô la - hơn là sự chuyển đổi. Giống như Martha trong Luca 10:40, họ đã "bị phân tâm bởi nhiều việc phục vụ", xây dựng một đế chế trong khi Chúa Jesus gõ cửa những cánh cửa được chiếu sáng bằng đèn LED của họ, tiếng gọi của Ngài bị chìm trong sự cường điệu.

2. Tiếng gõ cửa

Trong một buổi lễ đông đúc, một y tá đã nghỉ hưu tên là Ruth đã đứng. "Khải Huyền 3:1 chép rằng, 'Ngươi có tiếng là sống, nhưng ngươi đã chết'", bà cảnh báo. "Chúa Jesus đang gõ cửa, nhưng ngươi quá bận rộn đóng dấu Ngài!"

Ethan mỉm cười, dẫn bà ra khỏi sân khấu, nhưng lời bà nói làm đau đớn. Đêm đó, anh đọc Lu-ca 10:38-41, bị thuyết phục bởi "một điều cần thiết". Sự điên cuồng của Victory Point—các sự kiện, số liệu thống kê, danh tiếng—phản ánh sự mất tập trung của Martha. Chúa Jesus tìm kiếm sự thân mật, nhưng nhà thờ lại bán cảm hứng. Lời cảnh báo của Ruth vẫn còn đó, Ethan cảm thấy tiếng gõ cửa của Đấng Cứu Rỗi giữa sự im lặng.

3. Cuộc khủng hoảng

Một vụ rò rỉ đã phơi bày sự quản lý yếu kém: các khoản tiền cho hoạt động tiếp cận đã làm tăng lương cho các giám đốc điều hành. Xu hướng #VictoryPointScam đã lên ngôi; lượng người tham dự giảm mạnh. Hội đồng quản trị của Ethan đã thúc đẩy một bản sửa lỗi quan hệ công chúng, nhưng những lời của Ruth—"sự ghê tởm tàn phá" trong Ma-thi-ơ 23:15—vẫn còn vang vọng. Anh đã đến thăm một nhóm cầu nguyện dưới tầng hầm do một người gác cổng tên là Caleb dẫn đầu. Sự thờ phượng thô sơ của họ đã tiết lộ sự trống rỗng của Victory Point. Ethan đã nhìn thấy sự thật: sự tăng trưởng quá mức đã sinh ra một nhà thờ đã chết, danh tiếng của nó là một lời nói dối (Khải Huyền 3:1), mời gọi sự phán xét của Chúa.

4. Phần còn lại

Ethan đã triệu tập một cuộc mít tinh ăn năn ở bãi đậu xe. "Chúng ta đã mất Chúa Jesus," anh thú nhận với 1.500 người đã đến. Anh cắt giảm các chương trình, chuyển hướng tiền cho những người có nhu cầu. Một số người còn sót lại—Caleb, Ruth và những người khác—đã nghiên cứu

Khải Huyền 3:2: "Hãy làm cho vững mạnh những gì còn lại." Lu-ca 10:42 đã hướng dẫn họ: "Phần tốt hơn." Họ đã phục vụ các nơi trú ẩn cho người vô gia cư, xây dựng lại lòng tin. Một thiếu niên đã tìm thấy mục đích; một người hoài nghi đã tham gia cầu nguyện. Những người còn sót lại đã chọn sự thân mật, mở ra cánh cửa đến với sự hiện diện của Chúa Jesus.

5. Lời cảnh báo của thiên đường

Sự sụp đổ của Victory Point cảnh báo các nhà thờ tăng trưởng quá mức: Danh tiếng lừa dối. Khải Huyền 3:1 phơi bày danh tiếng đã chết. Ma-thi-ơ 23:15 dự đoán sự hoang tàn cho các đế chế rỗng tuếch. Bạn sẽ theo đuổi số liệu hay Đấng Christ? Phần còn sót lại chỉ ra con đường: khiêm nhường, tận tụy, đầu hàng. Hãy mở cửa cho Chúa Jesus, nếu không chân đèn của bạn sẽ ngã. Hãy chọn sự thân mật thay vì ảo tưởng—ngay bây giờ.

Câu chuyện 17: Nam Mỹ – Những Lối Tắt Của Môn Đồ - Hạt Giống Héo Xéo

Kinh Thánh: Luca 10:38-41, Khải Huyền 3:15-16, Ma-thi-ơ 23:15

1. Ảo ảnh

Tại Buenos Aires, Argentina, Nhà thờ Luz Eterna nhộn nhịp với 8.000 thành viên. Mục sư Sofia, một người phụ nữ 42 tuổi năng động, đã rao giảng những thông điệp mang lại cảm giác thoải mái, làm lễ rửa tội cho hàng trăm người mỗi tháng với sự giảng dạy tối thiểu. Các cuộc tĩnh tâm hào nhoáng và các chiến dịch truyền thông xã hội thu hút giới trẻ, các bài đăng #LuzEterna của họ trở thành xu hướng. Sự phát triển nhanh chóng của nhà thờ đã lấp đầy thánh đường bằng kính của mình, hứa hẹn "Đức tin trong Năm bước". Nhưng những người cải đạo đã trôi dạt, không có gốc rễ; các nhà lãnh đạo đã bỏ qua trách nhiệm để được nổi tiếng. Giống như Martha trong Luca 10:40, Luz Eterna "lo lắng và bối rối về nhiều điều", gieo những hạt giống nông cạn trong khi Chúa Jesus gõ cửa những cánh cửa hiện đại của mình, tiếng gọi của Ngài bị nhấn chìm bởi những tiếng reo hò.

2. Tiếng gõ cửa

Trong một sự kiện rửa tội, một nhà truyền giáo tên là Diego đã đứng lên. "Khải Huyền 3:15 nói rằng, 'Các ngươi hâm hẩm,'" ông cảnh báo. "Chúa Jesus đang gõ cửa, nhưng lối tắt của các ngươi đã ngăn cản Ngài!" Sofia gạt phắt ông, nhưng lời ông vẫn còn đó. Đêm đó, cô đọc Lu-ca 10:38-41, và bị ấn tượng bởi "một điều cần thiết". Sự cải đạo nhanh chóng của Luz Eterna đã bỏ qua việc làm môn đồ tốn kém. Chúa Jesus đã mang đến chiều sâu, nhưng hội thánh đã chọn sự dễ dàng. Lời cảnh báo của Diego vang vọng, Sofia cảm nhận được tiếng gõ cửa của Đấng Cứu Rỗi.

3. Cuộc khủng hoảng

Một vụ bê bối nổ ra: mối quan hệ của một nhà lãnh đạo, bị bỏ qua do sự giám sát lỏng lẻo, đã gây ra sự phẫn nộ. Các thành viên đã rời đi; #LuzEternaLies trở thành xu hướng.

Nhóm của Sofia đã lên kế hoạch xoay trục tiếp thị, nhưng những lời của Diego—sự hoang tàn của Matthew 23:15—ám ảnh cô. Cô đã tham gia một nhóm học Kinh thánh nhỏ do một giáo viên, Clara, hướng dẫn. Những cuộc thảo luận sâu sắc của họ đã phơi bày sự nông cạn của Luz Eterna. Sofia đã nhìn thấy sự thật: những lối tắt đã gieo một vụ mùa nhạt nhẽo, sẵn sàng bị nhổ ra (Khải Huyền 3:16).

4. Phần còn lại

Sofia đã tổ chức một buổi xưng tội công khai tại quảng trường. "Chúng ta đã phụ lòng Chúa Jesus," bà nói với 2.000 người ở lại. Bà đã khởi xướng chương trình cố vấn, thay thế cho các lễ rửa tội hời hợt. Một số người còn sót lại—Clara, Diego và những người khác—đã đón nhận "phần tốt hơn" của Lu-ca 10:42. Họ đã môn đồ hóa thanh thiếu niên, khôi phục đức tin. Một người cha đang vật lộn đã tìm thấy sức mạnh; một thiếu niên đã dẫn dắt một người bạn đến với Chúa Kitô. Những người còn sót lại đã bám rễ sâu, mở ra cánh cửa đến với lẽ thật của Chúa Jesus.

5. Lời cảnh báo của thiên đường

Sự sụp đổ của Luz Eterna cảnh báo các nhà thờ đang đi tắt đón đầu: Đức tin hời hợt sẽ mời gọi sự từ chối (Khải Huyền 3:16). Ma-thi-ơ 23:15 báo trước sự hoang tàn cho những hạt giống nông cạn. Bạn sẽ thúc đẩy sự phát triển hay nuôi dưỡng nó? Những người còn sót lại chỉ ra con đường: kiên nhẫn, bám rễ, tận tụy. Hãy mở cánh cửa đến chiều sâu của Chúa Giê-su, nếu không mùa gặt của bạn sẽ héo úa. Hãy chọn sự thân mật thay vì sự dễ dãi—ngay bây giờ.

Câu chuyện 18: Sự đàn áp toàn cầu – Các nhà thờ ngầm – Tia lửa trong sự im lặng

Kinh thánh: Luca 10:38-41, Khải huyền 2:10, Ma-thi-ơ 23:15

1. Ảo ảnh

Ở Lahore, Pakistan, một nhà thờ bí mật họp trong một căn gác xép chật chội. Mục sư Farooq, một cựu thợ may, dẫn đầu ba mươi tín đồ, những lời cầu nguyện của họ thì thầm để tránh những lời đe dọa cực đoan. Họ chia sẻ những Kinh thánh lén lút, băng bó vết thương cho nhau và che giấu những người cải đạo. Sự ngược đãi đã rèn nên sự hiệp nhất—những người bên ngoài nhìn thấy họ rạng rỡ. Nhưng một số người từ chối tiếp cận, sợ bị phản bội; những người khác bám lấy mối hận thù, nuôi dưỡng những vết thương cũ. Giống như Martha trong Luca 10:40, họ đã "bị phân tâm bởi nhiều việc phục vụ", sự sống còn làm lu mờ sự hy sinh. Chúa Jesus gõ cửa sập của căn gác xép, nhưng nỗi sợ hãi đã làm nghẹt tiếng nói của Ngài.

2. Tiếng gõ cửa

Trong một buổi họp im lặng, một người cải đạo trẻ tuổi tên là Ayesha đã phát biểu. "Khải Huyền 2:10 nói rằng, 'Hãy trung thành cho đến chết'", cô thúc giục. "Chúa Jesus đang gõ cửa, nhưng chúng ta đang làm Ngài im lặng bằng nỗi sợ hãi!" Farooq nhăn mặt; Anh trai của Ayesha đã bị treo cổ. Lòng can đảm của cô bị tổn thương. Đêm đó, Farooq đọc

Lu-ca 10:38-41, bị thuyết phục bởi "một điều cần thiết". Sự thận trọng của nhà thờ đã ngăn cản lời kêu gọi của Chúa Jesus để yêu thương một cách táo bạo. Ngài cảm thấy tiếng gõ cửa của Ngài, thúc giục đức tin không sợ hãi.

3. Cuộc khủng hoảng

Một cuộc đột kích đã xảy ra, do một kẻ phản bội báo trước. Ayesha đã bị bắt; một số tín đồ đã bỏ trốn, những người khác tích trữ đồ tiếp tế. Farooq, được tha, đã đối mặt với sự nhút nhát của mình. Lời cảnh báo của Ayesha—sự hoang tàn của Matthew 23:15—đã vang lên sự thật. Anh ta đã gia nhập một nhóm còn sót lại trong cống, do một người thợ đóng giày, Imran, dẫn đầu. Sự tôn thờ vô tư của họ đã phơi bày mối hận thù của nhà thờ. Farooq đã nhìn thấy sự thật: nỗi sợ hãi đã làm mờ đi ngọn lửa của họ, làm ô uế đức tin của họ khi bị thử thách.

4. Phần còn lại

Farooq tập hợp những người còn sót lại—Imran, Ayesha (được thả), và mười người khác. "Chúng ta đã loại Chúa Jesus ra," ông thú nhận. Họ nghiên cứu Khải Huyền 2:10, chấp nhận lòng trung thành tốn kém. Những người còn sót lại đã giúp đỡ những gia đình bị ngược đãi, liều lĩnh chịu chết. Lu-ca 10:42 đã truyền cảm hứng cho họ: "Phần tốt hơn." Một người hàng xóm đã cải đạo; một đứa trẻ đã tìm thấy hy vọng. Lòng can đảm của những người còn sót lại đã thắp sáng sự im lặng, mở ra cánh cửa đến với quyền năng của Chúa Jesus.

5. Lời cảnh báo của thiên đường

Phiên tòa xét xử ở Lahore cảnh báo các nhà thờ ngầm: Nỗi sợ hãi dập tắt đức tin. Khải Huyền 2:10 kêu gọi lòng trung thành cho đến chết. Ma-thi-ơ 23:15 báo hiệu sự hoang tàn cho những tia lửa nhút nhát. Bạn sẽ ẩn náu hay tỏa sáng? Những người còn sót lại chỉ đường: táo bạo, tha thứ, tận tụy. Hãy mở cánh cửa đến với sứ mệnh của Chúa Giê-su, nếu không sự ngược đãi sẽ làm bạn mờ nhạt. Hãy chọn sự thân mật thay vì sự sống còn—ngay bây giờ.

Câu chuyện 1 9: Bắc Mỹ – Mù lòa do tăng trưởng quá mức - Tháp Chiến Thắng

Kinh Thánh: Luca 10:38-41, Khải Huyền 3:1-3, Ma-thi-ơ 23:15

1. Ảo ảnh

Tại Atlanta, Georgia, Nhà thờ Triumph City rực rỡ với đấu trường 15.000 chỗ ngồi. Mục sư Marcus, một người đàn ông 45 tuổi với chương trình truyền hình thực tế, đã rao giảng về sự trao quyền với phong cách điện ảnh. Ứng dụng của nhà thờ theo dõi "mục tiêu tâm linh" và các buổi hòa nhạc tôn giáo của nhà thờ đã chật kín sân vận động. Các chương trình tiếp cận cộng đồng và sứ mệnh toàn cầu đã thúc đẩy thương hiệu #TriumphCity của nhà thờ. Khẩu hiệu của Marcus, "Vươn tới sự vĩ đại", đã truyền cảm hứng cho các bài đăng lan truyền. Nhưng nhà thờ theo đuổi các số liệu thống kê - lượng người tham dự, số tiền quyên góp, lượt xem - hơn là sự thánh khiết. Giống như Martha trong Luca 10:40, Triumph City "bị phân tâm bởi quá nhiều việc phục vụ", xây dựng một tòa tháp thành công trong khi Chúa Jesus gõ cửa những cánh cửa thép của nhà thờ, tiếng gọi của Ngài bị lạc trong cảnh tượng đó.

2. Tiếng gõ cửa

Trong một buổi lễ phát trực tiếp, một bà ngoại tên là Esther đã ngắt lời. "Khải Huyền 3:1 chép rằng, 'Ngươi có tiếng là sống, nhưng ngươi đã chết'", bà kêu lên. "Chúa Jesus đang gõ cửa, nhưng ngươi đang coi thường Ngài!" Marcus ra hiệu bảo vệ, nhưng lời bà ấy lại đâm thủng. Đêm đó, ông đọc Luca 10:38-41, bị thuyết phục bởi "một điều cần thiết". Sự phát triển của Triumph City—các sự kiện, danh tiếng, thương hiệu—phản ánh sự mất tập trung của Martha. Chúa Jesus tìm kiếm sự thân mật, nhưng nhà thờ lại rao bán vinh quang. Lời cảnh báo của Esther vang vọng, Marcus cảm thấy tiếng gõ cửa của Đấng Cứu Rỗi.

3. Cuộc khủng hoảng

Một người tố giác đã vạch trần gian lận: quỹ truyền giáo đã thúc đẩy lối sống của Marcus. #TriumphFraud trở thành xu hướng; các thành viên đã bỏ trốn. Hội đồng quản trị đã thúc đẩy một chiến dịch truyền thông, nhưng những lời của Esther—"sự ghê tởm tàn phá" trong Ma-thi-ơ 23:15—đã ám ảnh Marcus. Anh đã đến thăm một nhóm cầu nguyện trong một nhà để xe của nhà thờ, do một nhân viên pha chế, Daniel, dẫn đầu. Sự thờ phượng thô sơ của họ đã phơi bày sự trống rỗng của Triumph City. Marcus đã nhìn thấy sự thật: sự tăng trưởng quá mức đã tạo nên một nhà thờ chết, danh tiếng của nó chỉ là một vỏ bọc (Khải Huyền 3:1), chín muồi cho sự phán xét.

4. Phần còn lại

Marcus đã tổ chức một buổi họp ăn năn trong một công viên. "Chúng ta đã mất Chúa Jesus," ông thú nhận với 2.000 người ở lại. Ông cắt giảm các chương trình, chuyển hướng tiền cho người nghèo. Một số người còn sót lại—Daniel, Esther và những người khác—đã nghiên cứu Khải Huyền 3:2: "Hãy làm cho vững mạnh những gì còn lại." Lu-ca 10:42 đã hướng dẫn họ: "Phần tốt hơn." Họ đã phục vụ nơi trú ẩn, khôi phục lòng tin. Một người đàn ông vô gia cư đã tìm thấy đức tin; một thanh niên dẫn đầu hoạt động tiếp cận. Những người còn sót lại đã chọn sự thân mật, mở cánh cửa đến với sự hiện diện của Chúa Jesus.

5. Lời cảnh báo của thiên đường

Sự sụp đổ của Triumph City cảnh báo các nhà thờ tăng trưởng quá mức: Danh tiếng lừa dối. Khải Huyền 3:1 phơi bày những mặt tiền chết. Ma-thi-ơ 23:15 tiên đoán sự hoang tàn cho những tòa tháp trống. Bạn sẽ theo đuổi sự vĩ đại hay Đấng Christ? Phần còn sót lại chỉ đường: khiêm nhường, tận tụy, đầu hàng. Hãy mở cửa cho Chúa Jesus, nếu không chân đèn của bạn sẽ đổ. Hãy chọn sự thân mật thay vì ảo tưởng—ngay bây giờ.

Câu chuyện 2 0: Châu Á – Sự thanh tẩy sau cuộc bách hại – Sự cứu chuộc của dòng sông

Kinh thánh: Luca 10:38-41, Khải huyền 2:10, Ma-thi-ơ 23:15

1. Ảo ảnh

Trong một ngôi làng trong rừng rậm ở Myanmar, một nhà thờ bí mật nằm cạnh Sông Irrawaddy. Mục sư Thang, một cựu ngư dân, đã dẫn bốn mươi tín đồ trong một túp lều tre, thánh ca của họ được giữ im lặng để tránh các cuộc tuần tra của quân đội. Họ chia sẻ cơm, ghi nhớ Kinh thánh và che giấu những người cải đạo. Sự ngược đãi đã tôi luyện nên khả năng phục hồi—những người bên ngoài nhìn thấy họ rạng rỡ. Nhưng một số người tích trữ đồ tiếp tế, sợ bị đột kích; những người khác xa lánh người lạ, sợ bị phản bội. Giống như Martha trong Luca 10:40, họ "bị phân tâm bởi nhiều việc phục vụ", sự sống còn làm lu mờ sự hy sinh. Chúa Jesus gõ cửa túp lều đan, nhưng nỗi sợ hãi đã nhấn chìm tiếng gọi của Ngài.

2. Tiếng gõ cửa

Trong một buổi cầu nguyện lúc rạng đông, một thiếu nữ tên là Aye đã nói. "Khải Huyền 2:10 chép rằng, 'Hãy trung thành cho đến chết'", cô thúc giục. "Chúa Jesus đang gõ cửa, nhưng chúng ta đang trốn tránh tiếng gọi của Ngài!" Thang nổi giận; cha của Aye đã bị bỏ tù. Lòng can đảm của cô bị tổn thương. Đêm đó, Thang đọc Lu-ca 10:38-41, bị thuyết phục bởi "một điều cần thiết". Sự thận trọng của nhà thờ—tích trữ, cô lập—phản ánh sự mất tập trung của Martha. Chúa Jesus đã ban ơn cứu chuộc, nhưng nỗi sợ hãi đã chặn cánh cửa. Thang cảm thấy tiếng gõ cửa của Ngài, thúc giục sự táo bạo.

3. Cuộc khủng hoảng

Binh lính đã đột kích, đốt cháy túp lều sau khi nhận được tin báo. Aye đã bị bắt; một số tín đồ đã bỏ trốn, những người khác đã giấu thức ăn. Thang, được tha, đã đối mặt với sự hèn nhát của mình. Lời cảnh báo của Aye—sự hoang tàn của Ma-thi-ơ 23:15—đã vang lên sự thật. Ông đã gia nhập một nhóm còn sót lại bên bờ sông, do một người nông dân tên là Zaw dẫn đầu. Những lời cầu nguyện quên mình của họ đã phơi bày sự ích kỷ của nhà thờ. Thang đã nhìn thấy sự thật: sự đàn áp đã phơi bày một đức tin rỗng tuếch, bị ô uế bởi nỗi sợ hãi, đống tro tàn của túp lều là dấu hiệu của sự hủy hoại về mặt tinh thần.

4. Phần còn lại

Thang đã tập hợp những người còn sót lại—Zaw, Aye (được giải thoát), và mười người khác—trong một hang động. "Chúng ta đã đóng cửa Chúa Jesus," anh thú nhận. Họ nghiên cứu Khải Huyền 2:10, chấp nhận lòng trung thành tốn kém. Những người còn sót lại chia sẻ mùa màng với dân làng, có nguy cơ bị bắt. Lu-ca 10:42 đã truyền cảm hứng cho họ: "Phần tốt hơn." Một người lính đã cải đạo; một gia đình tham gia thờ phượng. Lòng can đảm của những người còn sót lại đã thắp sáng bờ sông, mở ra cánh cửa cho quyền năng của Chúa Jesus.

5. Lời cảnh báo của thiên đường

Sự phá hủy của túp lều cảnh báo các nhà thờ bị đàn áp: Sợ hãi phản bội đức tin. Khải Huyền 2:10 kêu gọi lòng trung thành cho đến chết. Ma-thi-ơ 23:15 báo hiệu sự hoang tàn cho những trái tim nhút nhát. Bạn sẽ tích trữ hay cho đi? Những người còn sót lại chỉ đường: táo bạo, vị tha, tận tụy. Hãy mở cánh cửa đến với sứ mệnh của Chúa Giê-su, nếu không sự đàn áp sẽ phá vỡ bạn. Hãy chọn sự thân mật thay vì sự sống còn—ngay bây giờ.

Câu chuyện 21: Châu Phi – Sự Phục Hưng Sự Tham Nhũng – Ngọn Lửa Làm Mù Quáng

Kinh Thánh: Luca 10:38-41, Khải Huyền 2:4-5, Ma-thi-ơ 23:15

1. Ảo ảnh

Tại Cape Town, Nam Phi, Nhà thờ Radiant Hope đã lấp đầy một mái vòm có sức chứa 10.000 chỗ ngồi bằng những buổi phục hưng sôi động. Mục sư Thandi, một người phụ nữ 40 tuổi đầy lôi cuốn, đã rao giảng những phép lạ, các cuộc thập tự chinh của bà được phát sóng trên truyền hình vệ tinh. Các khoản quyên góp đã xây dựng các trại trẻ mồ côi và trường quay, hashtag #RadiantHope của bà trở thành xu hướng. Đám đông đổ xô đến để được chữa lành, gieo "hạt giống" cho sự thịnh vượng. Nhưng lời cầu nguyện đã giảm dần; các lễ vật đã tài trợ cho sự xa hoa của Thandi. Giống như Martha trong Luca 10:40, nhà thờ đã "bị phân tâm bởi quá nhiều việc phục vụ", theo đuổi ngọn lửa phục hưng trong khi Chúa Jesus gõ cửa kính của mình, tiếng gọi của Ngài bị mất trong tiếng gầm rú.

2. Tiếng gõ cửa

Tại một cuộc mít tinh kỳ diệu, một vị trưởng lão tên là Sipho đã đứng lên. "Khải Huyền 2:4 chép rằng, 'Các ngươi đã từ bỏ tình yêu đầu tiên của mình,'" ông cảnh báo. "Chúa Jesus đang gõ cửa, nhưng các ngươi đã đổi Ngài lấy danh tiếng!" Thandi vẫy tay chào ông, nhưng lời ông vẫn còn đó. Đêm đó, bà đọc Lu-ca 10:38-41, bị thuyết phục bởi "một điều cần thiết". Những ngày đầu của Radiant Hope—lời cầu nguyện sốt sắng, tình yêu thương được chia sẻ—đã phai nhạt vì sự phô trương. Chúa Jesus tìm kiếm sự thân mật, nhưng tham vọng đã chặn cánh cửa. Lời cảnh báo của Sipho vang vọng, Thandi cảm thấy tiếng gõ cửa của Ngài.

3. Cuộc khủng hoảng

Một bài vạch trần đã tiết lộ những vụ chữa bệnh được dàn dựng và chuyển hướng tiền quỹ. #RadiantFraud trở thành xu hướng; mái vòm trống rỗng. Nhóm của Thandi đã thúc đẩy một vụ dàn dựng PR, nhưng những lời của Sipho—sự hoang tàn của Matthew 23:15—ám ảnh cô. Cô đã tham gia một nhóm cầu nguyện của thị trấn do một thợ may, Nia, dẫn đầu. Sự thờ phượng thô sơ của họ đã vạch trần sự tha hóa của Radiant Hope. Thandi đã nhìn thấy sự thật: tham vọng đã làm mù quáng nhà thờ, sự hồi sinh của nó là một ngọn lửa rỗng mời gọi sự phán xét (Khải Huyền 2:5).

4. Phần còn lại

Thandi đã tổ chức một buổi lễ ăn năn tại một cánh đồng. "Chúng ta đã mất Chúa Jesus," bà khóc với 1.500 người đến. Bà đã bán tài sản, tài trợ cho người nghèo. Một số người còn sót lại—Nia, Sipho và những người khác—đã nghiên cứu Khải Huyền 2:5, quay trở lại với tình yêu ban đầu. Lu-ca 10:42 đã hướng dẫn họ: "Phần tốt hơn." Họ đã nuôi dưỡng trẻ mồ côi, khôi phục lòng tin. Một góa phụ đã tìm thấy hy vọng; một thiếu niên đã lãnh đạo sự phục hưng. Những người còn sót lại đã thắp lại đức tin, mở ra cánh cửa đến với sự hiện diện của Chúa Jesus.

5. Lời cảnh báo của thiên đường

Sự sụp đổ của Radiant Hope cảnh báo các nhà thờ phục hưng: Tham vọng làm mù quáng. Khải Huyền 2:5 thúc giục, "Hãy ăn năn và làm những việc bạn đã làm lúc đầu." Ma-thi-ơ 23:15 tiên đoán sự hoang tàn cho các bàn thờ hư hỏng. Bạn sẽ theo đuổi danh vọng hay đức tin? Những người còn sót lại chỉ đường: khiêm nhường, trong sạch, đầu hàng. Hãy mở cửa cho Chúa Jesus, nếu không ngọn lửa của bạn sẽ tắt ngúm. Hãy chọn sự thân mật thay vì tham vọng—ngay bây giờ.

Câu chuyện 22: Bắc Mỹ – Mù lòa do tăng trưởng quá mức – Ảo ảnh của động lực

Kinh thánh: Luca 10:38-41, Khải huyền 3:1-3, Ma-thi-ơ 23:15

1. Ảo ảnh

Tại Phoenix, Arizona, Nhà thờ RiseUp phát triển mạnh mẽ trong một khu phức hợp có sức chứa 10.000 chỗ ngồi, cây thánh giá neon của nhà thờ có thể nhìn thấy từ nhiều dặm. Mục sư Jordan, một người đàn ông 40 tuổi sở hữu một đế chế YouTube, đã rao giảng mục đích với phong cách TED

Talk bóng bẩy. Ứng dụng của nhà thờ cung cấp "mẹo về đức tin" và các lễ hội của nhà thờ đã thu hút hàng nghìn người. Các chuyến đi truyền giáo và các chiến dịch lan truyền đã thúc đẩy #RiseUpNow. Câu khẩu hiệu của Jordan, "Động lực cho Chúa Jesus", đã khơi dậy những tiếng reo hò. Nhưng nhà thờ đã theo đuổi sự tăng trưởng - số liệu, luồng, sự tự hào - hơn là sự tin kính. Giống như Martha trong Luca 10:40, RiseUp đã "bị phân tâm bởi quá nhiều việc phục vụ", dựng lên một ảo ảnh trong khi Chúa Jesus gõ cửa kính của nhà thờ, tiếng gọi của Ngài bị lạc trong tiếng ồn.

2. Tiếng gõ cửa

Trong một buổi lễ lớn, một người về hưu tên là Clara đã đứng lên. "Khải Huyền 3:1 nói rằng, 'Ngươi có tiếng là sống, nhưng ngươi đã chết'", bà cảnh báo. "Chúa Jesus đang gõ cửa, nhưng ngươi đang tiếp thị Ngài!" Jordan cười phá lên, nhưng lời nói của bà lại làm đau nhói. Đêm đó, anh đọc Luca 10:38-41, bị thuyết phục bởi "một điều cần thiết". Sự điên cuồng của RiseUp —các sự kiện, nhấp chuột, ảnh hưởng—phản ánh sự mất tập trung của Martha. Chúa Jesus tìm kiếm sự thân mật, nhưng nhà thờ lại bán động lực. Giọng nói của Clara vẫn còn vang vọng, Jordan cảm thấy tiếng gõ cửa của Đấng Cứu Rỗi.

3. Cuộc khủng hoảng

Một vụ bê bối nổ ra: báo cáo về lượng người tham dự được thổi phồng che giấu sự vượt quá về mặt tài chính. #RiseUpRuse trở thành xu hướng; đám đông giảm dần. Nhóm của Jordan thúc đẩy việc đổi thương hiệu, nhưng lời cảnh báo của Clara—"sự ghê tởm tàn phá" trong Ma-thi-ơ 23:15—vẫn còn vang vọng. Anh đã đến thăm một vòng tròn cầu nguyện trong một nhà kho của nhà thờ, do một thợ máy tên là Luke dẫn đầu. Sự thờ phượng thô sơ của họ đã phơi bày sự trống rỗng của RiseUp . Jordan đã nhìn thấy sự thật: sự tăng trưởng quá mức đã sinh ra một nhà thờ đã chết, danh tiếng của nó chỉ là ảo ảnh (Khải Huyền 3:1), mời gọi sự phán xét của Chúa.

4. Phần còn lại

Jordan triệu tập một buổi họp ăn năn tại một cánh đồng. "Chúng ta đã mất Chúa Jesus," ông thú nhận với 1.200 người ở lại. Ông cắt bỏ các chương trình hào nhoáng, tài trợ cho các nhu cầu địa phương. Một số người còn sót lại—Luke, Clara và những người khác—đã nghiên cứu Khải Huyền 3:2: "Hãy làm cho vững mạnh những gì còn lại." Luca 10:42 đã hướng dẫn họ: "Phần tốt hơn." Họ phục vụ các ngân hàng thực phẩm, xây dựng lại lòng tin. Một cựu chiến binh đã tìm thấy hy vọng; một thiếu niên dẫn đầu hoạt động tiếp cận. Những người còn sót lại đã chọn sự thân mật, mở ra cánh cửa đến với sự hiện diện của Chúa Jesus.

5. Lời cảnh báo của thiên đường

của RiseUp cảnh báo các nhà thờ tăng trưởng quá mức: Động lực lừa dối. Khải Huyền 3:1 phơi bày danh tiếng đã chết. Ma-thi-ơ 23:15 tiên đoán sự hoang tàn cho những ảo ảnh rỗng tuếch. Bạn sẽ theo đuổi quyền lực hay Đấng Christ? Phần còn sót lại chỉ đường: khiêm nhường, tận tụy, đầu hàng. Hãy mở cửa cho Chúa Jesus, nếu không chân đèn của bạn sẽ ngã. Hãy chọn sự thân mật thay vì ảo tưởng—ngay bây giờ.

Câu chuyện 2 3: Châu Âu – Truyền thống đã chết – Ngôi mộ của truyền thống

Kinh thánh: Luca 10:38-41, Khải huyền 2:5, Ma-thi-ơ 23:15

1. Ảo ảnh

Tại Rome, Ý, Vương cung thánh đường Santa Croce là một di tích của đức tin, những hành lang bằng đá cẩm thạch của nó vang vọng lịch sử. Cha Matteo, một học giả 50 tuổi, đã dẫn đầu buổi cầu nguyện chiều cho khách du lịch và một đàn chiên đang dần suy yếu. Đàn organ ngân nga, và các di tích thu hút đám đông, tài trợ cho việc bảo tồn. Matteo trân trọng nhịp điệu của phụng vụ, coi đó là lòng sùng kính. Nhưng các buổi lễ chỉ là học thuộc lòng, trái tim không lay động. Giống như Martha trong Luca 10:40, Santa Croce đã "bị phân tâm bởi nhiều việc phục vụ", bảo tồn truyền thống trong khi Chúa Jesus gõ cửa những cánh cửa cổ xưa của nó, tiếng gọi của Ngài bị lạc trong thánh ca.

2. Tiếng gõ cửa

Trong một buổi lễ, một người di cư Ethiopia tên là Selam đã đứng. “Khải Huyền 2:5 nói rằng, 'Hãy nhớ lại nơi ngươi đã sa ngã; hãy ăn năn,'” cô thúc giục. “Chúa Jesus đang gõ cửa, nhưng các người thờ phụng nghi lễ, không phải Ngài!” Matteo nổi giận, hộ tống cô ra ngoài, nhưng lời cô vẫn còn nán lại. Đêm đó, anh đọc Luca 10:38-41, bị ấn tượng bởi "một điều cần thiết". Các nghi lễ của Santa Croce, từng sống động, giờ đây là một ngôi mộ. Chúa Jesus tìm kiếm sự hồi sinh, nhưng truyền thống đã chặn cánh cửa. Lời cảnh báo của Selam vang vọng, Matteo cảm thấy tiếng gõ cửa của Ngài.

3. Cuộc khủng hoảng

Một vụ trộm thánh tích đã gây ra sự phẫn nộ, phơi bày sự quản lý lỏng lẻo. Các khoản quyên góp cạn kiệt; Vương cung thánh đường trống rỗng. Những người ngang hàng của Matteo thúc đẩy các kế hoạch phục hồi, nhưng những lời của Selam —sự hoang tàn của Matthew 23:15—ám ảnh anh. Anh tham gia một nhóm cầu nguyện của thanh thiếu niên trong một hầm mộ, do một nhân viên pha chế, Giulia, dẫn đầu. Sự thờ phượng nhiệt thành của họ đã tiết lộ sự vô hồn của Santa Croce. Matteo đã nhìn thấy sự thật: truyền thống đã chôn vùi đức tin, mời gọi sự phán xét (Khải Huyền 2:5).

4. Phần còn lại

Matteo đã tổ chức một buổi cầu nguyện trong tu viện. "Chúng ta đã mất Chúa Jesus," ông thú nhận với 300 người đã đến. Ông đã đổi sự xa hoa để học Kinh thánh. Một số người còn sót lại—Giulia, Selam và những người khác—đã chấp nhận lời kêu gọi ăn năn trong Khải huyền 2:5. Lu-ca 10:42 đã hướng dẫn họ: "Phần tốt hơn." Họ phục vụ những người di cư, phục hồi sự thờ phượng. Một người hoài nghi đã tìm thấy đức tin; một gia đình đã hòa giải. Những người còn sót lại đã thổi hơi sự sống, mở ra cánh cửa cho sự hiện diện của Chúa Jesus.

5. Lời cảnh báo của thiên đường

Sự đổ nát của Santa Croce cảnh báo các nhà thờ ở Châu Âu: Truyền thống không có Chúa Jesus là sự chết. Khải Huyền 2:5 thúc giục, "Hãy làm những việc bạn đã làm lúc đầu." Ma-thi-ơ 23:15 dự đoán sự hoang tàn cho các nghi lễ vô hồn. Bạn sẽ bám vào hình thức hay đức tin? Phần còn sót lại chỉ ra con đường: sống động, khiêm nhường, đầu hàng. Hãy mở cửa cho Chúa Jesus, nếu không chân đèn của bạn sẽ ngã. Hãy chọn sự thân mật thay vì thể chế—ngay bây giờ.

Câu chuyện 24: Nam Mỹ – Những lối tắt của môn đồ - Mùa gặt không có gốc rễ

Kinh thánh: Luca 10:38-41, Khải huyền 3:15-16, Ma-thi-ơ 23:15

1. Ảo ảnh

Tại Bogotá, Colombia, Nhà thờ Camino de Vida đã phát triển với 6.000 thành viên. Mục sư Valeria, một người có sức ảnh hưởng 37 tuổi, đã rao giảng đức tin nhanh chóng, làm lễ rửa tội cho hàng trăm người với rất ít sự theo dõi. Các cuộc mít tinh hào nhoáng và thử thách TikTok đã thu hút giới trẻ, #CaminoVida đang thịnh hành. Sự phát triển của nhà thờ đã lấp đầy hội trường được thắp sáng bằng đèn LED, hứa hẹn

"Sự cứu rỗi được đơn giản hóa". Nhưng những người cải đạo đã sa ngã, không được cố vấn; các nhà lãnh đạo đã bỏ qua chiều sâu để thổi phồng. Giống như Martha trong Luca 10:40, Camino de Vida đã "bị phân tâm bởi việc phục vụ quá nhiều", gieo những gốc rễ nông cạn trong khi Chúa Jesus gõ cửa những cánh cửa hiện đại của mình, tiếng gọi của Ngài bị nhấn chìm bởi tiếng vỗ tay.

2. Tiếng gõ cửa

Tại một bữa tiệc rửa tội, một mục sư tên là Miguel đã đứng lên. "Khải Huyền 3:15 nói rằng, 'Các ngươi hâm hẩm'", ông cảnh báo. "Chúa Jesus đang gõ cửa, nhưng lối tắt của các ngươi đã khóa Ngài lại!" Valeria chế giễu, nhưng lời của ông đã trúng đích. Đêm đó, cô đọc Luca 10:38-41, bị thuyết phục bởi "một điều cần thiết". Những lễ rửa tội nhanh chóng của Camino de Vida đã bỏ qua việc làm môn đồ. Chúa Jesus đã đưa ra chiều sâu, nhưng nhà thờ lại chọn sự hào nhoáng. Lời cảnh báo của Miguel vẫn còn đó, Valeria cảm nhận được tiếng gõ cửa của Ngài.

3. Cuộc khủng hoảng

Một thảm kịch đã xảy ra: vụ tự tử của một người mới cải đạo, bị các nhà lãnh đạo không được đào tạo bỏ mặc, đã gây ra sự phẫn nộ. #CaminoFail trở thành xu hướng; các thành viên đã rời đi. Nhóm của Valeria đã lên kế hoạch xoay trục quan hệ công chúng, nhưng những lời của Miguel—sự hoang tàn của Matthew 23:15—đã ám ảnh cô. Cô đã tham gia một buổi học Kinh thánh tại một khu ổ chuột, do một y tá tên là Rosa dẫn đầu. Đức tin sâu sắc của họ đã phơi bày sự nông cạn của Camino de Vida. Valeria đã nhìn thấy sự thật: những lối tắt đã tạo ra một vụ mùa ấm áp, sẵn sàng bị nhổ ra (Khải huyền 3:16).

4. Phần còn lại

Valeria đã tổ chức một buổi xưng tội trong công viên. "Chúng ta đã phụ lòng Chúa Jesus," bà nói với 1.800 người ở lại. Bà đã khởi xướng chương trình cố vấn, thay thế cho những giải pháp tạm thời. Một số người còn sót lại—Rosa, Miguel và những người khác—đã chấp nhận "phần tốt hơn" của Lu-ca 10:42. Họ đã môn đồ hóa giới trẻ, khôi phục lòng tin. Một góa phụ đã tìm thấy mục đích; một thiếu niên đã dẫn dắt một người bạn đến với Chúa Kitô. Những người còn sót lại đã bám rễ sâu, mở ra cánh cửa đến với lẽ thật của Chúa Jesus.

5. Lời cảnh báo của thiên đường

Sự sụp đổ của Camino de Vida cảnh báo các nhà thờ đang đi tắt đón đầu: Đức tin hời hợt sẽ mời gọi sự từ chối (Khải Huyền 3:16). Ma-thi-ơ 23:15 dự đoán sự hoang tàn cho những vụ mùa không có gốc rễ. Bạn sẽ vội vã hay nuôi dưỡng? Những người còn sót lại chỉ đường: kiên nhẫn, có gốc rễ, tận tụy. Hãy mở cánh cửa đến với chiều sâu của Chúa Jesus, nếu không vụ mùa của bạn sẽ héo úa. Hãy chọn sự thân mật thay vì sự dễ dãi—ngay bây giờ

Câu chuyện 25: Bắc Mỹ – Mù lòa do tăng trưởng quá mức – Mặt tiền của sự phát triển thịnh vượng

Kinh thánh: Luca 10:38-41, Khải huyền 3:1-3, Ma-thi-ơ 23:15

1. Ảo ảnh

Tại Seattle, Washington, Nhà thờ Elevate đã lấp đầy một đấu trường có sức chứa 9.000 chỗ ngồi với nguồn năng lượng sôi động. Mục sư Kayla, một người 39 tuổi với một podcast lan truyền, đã thuyết giảng về chủ đề "phát triển trong đức tin", kết hợp giữa tâm lý học đại chúng và Kinh thánh. Ứng dụng của nhà thờ đưa ra "các kế hoạch phát triển" và các chương trình biểu diễn ánh sáng của nhà thờ có thể sánh ngang với các buổi hòa nhạc rock. Các hoạt động tiếp cận toàn cầu và các chiến dịch #ElevateFaith đã thu hút hàng triệu người trực tuyến. Câu thần chú của Kayla, "Phát triển ngay bây giờ", đã tạo nên tiếng vỗ tay vang dội. Nhưng nhà thờ ưu tiên số lượng—lượt xem, chỗ ngồi, sự cho đi—hơn là sự biến đổi. Giống như Martha trong Luca 10:40, Elevate "bị phân tâm bởi quá nhiều việc phục vụ", xây dựng một mặt tiền trong khi Chúa Jesus gõ cửa kính của nhà thờ, tiếng gọi của Ngài bị chìm trong sự cường điệu.

2. Tiếng gõ cửa

Trong một buổi lễ đông đúc, một góa phụ tên là Harold đã đứng lên. "Khải Huyền 3:1 chép rằng, 'Ngươi có tiếng là sống, nhưng ngươi đã chết'", ông cảnh báo. "Chúa Jesus đang gõ cửa, nhưng ngươi đang bán một thương hiệu!"

Kayla lảng tránh, nhưng lời ông ấy đã đâm thủng. Đêm đó, cô đọc Lu-ca 10:38-41, bị thuyết phục bởi "một điều cần thiết". Sự điên cuồng của Elevate —các sự kiện, số liệu, danh tiếng—phản ánh sự mất tập trung của Martha. Chúa Jesus tìm kiếm sự thân mật, nhưng nhà thờ lại theo đuổi sự hoa mỹ. Lời cảnh báo của Harold vẫn còn đó, Kayla cảm thấy tiếng gõ cửa của Đấng Cứu Rỗi.

3. Cuộc khủng hoảng

Một cuộc kiểm toán tài chính đã vạch trần sự lạm dụng: các quỹ tiếp cận đã làm đầy ngân sách truyền thông. Xu hướng #ElevateExposed tăng mạnh; lượng người tham dự giảm mạnh. Nhóm của Kayla đã thúc đẩy một bản sửa lỗi quan hệ công chúng, nhưng những lời của Harold—"sự ghê tởm tàn phá" trong Ma-thi-ơ 23:15—vẫn còn vang vọng. Cô đã đến thăm một nhóm cầu nguyện trên gác xép của một nhà thờ, do một nhân viên pha chế tên là Mia dẫn đầu. Sự thờ phượng thô sơ của họ đã tiết lộ sự trống rỗng của Elevate . Kayla đã nhìn thấy sự thật: sự tăng trưởng quá mức đã sinh ra một nhà thờ đã chết, danh tiếng của nó là một lời nói dối (Khải Huyền 3:1), mời gọi sự phán xét của Chúa.

4. Phần còn lại

Kayla đã triệu tập một cuộc mít tinh ăn năn trong một công viên. "Chúng ta đã mất Chúa Jesus," cô thú nhận với 1.000 người ở lại. Cô cắt giảm các chương trình hời hợt, tài trợ cho các nhu cầu địa phương. Một số người còn sót lại—Mia, Harold và những người khác—đã nghiên cứu Khải Huyền 3:2: "Hãy củng cố những gì còn lại." Lu-ca 10:42 đã hướng dẫn họ: "Phần tốt hơn." Họ đã phục vụ nơi trú ẩn, khôi phục lòng tin. Một bà mẹ đơn thân đã tìm thấy hy vọng; một thiếu niên đã lãnh đạo hoạt động tiếp cận. Những người còn sót lại đã chọn sự thân mật, mở ra cánh cửa đến với sự hiện diện của Chúa Jesus.

5. Lời cảnh báo của thiên đường

của Elevate cảnh báo các nhà thờ tăng trưởng quá mức: Danh tiếng lừa dối. Khải Huyền 3:1 phơi bày những mặt tiền chết. Ma-thi-ơ 23:15 dự đoán sự hoang tàn cho sự phát triển rỗng tuếch. Bạn sẽ theo đuổi số liệu hay Đấng Christ? Phần còn sót lại chỉ ra con đường: khiêm nhường, tận tụy, đầu hàng. Hãy mở cửa cho Chúa Jesus, nếu không chân đèn của bạn sẽ ngã. Hãy chọn sự thân mật thay vì ảo tưởng—ngay bây giờ.

Câu chuyện 2 6: Châu Á – Sự thanh tẩy sau cuộc bách hại – Lời thì thầm trong cây tre

Kinh thánh: Luca 10:38-41, Khải huyền 2:10, Ma-thi-ơ 23:15

1. Ảo ảnh

Tại một ngôi làng nông thôn ở Việt Nam, một nhà thờ bí mật họp tại một lùm tre. Mục sư Linh, một cựu nông dân trồng lúa, đã dẫn đầu ba mươi tín đồ, lời cầu nguyện của họ thì thầm để tránh các cuộc đột kích của cảnh sát. Họ chia sẻ cá, ghi nhớ Kinh thánh và giấu những người cải đạo trong gác xép. Sự ngược đãi đã tôi luyện mối liên kết của họ—những người bên ngoài nhìn thấy họ rạng rỡ. Nhưng một số người tích trữ thức ăn, sợ bị bắt; những người khác xa lánh những người mới đến, sợ bị phản bội. Giống như Martha trong Luca 10:40, họ đã "bị phân tâm bởi nhiều việc phục vụ", sự sống còn chiến thắng sự hy sinh. Chúa Jesus gõ vào con đường ẩn giấu của lùm tre, nhưng nỗi sợ hãi đã làm nghẹt tiếng nói của Ngài.

2. Tiếng gõ cửa

Trong một buổi họp dưới ánh trăng, một thiếu nữ tên Mai đã phát biểu. "Khải Huyền 2:10 chép rằng, 'Hãy trung thành cho đến chết'", cô thúc giục. "Chúa Jesus đang gõ cửa, nhưng chúng ta đang trốn tránh tiếng gọi của Ngài!" Linh căng thẳng; chị gái của Mai đã bị bỏ tù. Lòng can đảm của cô bị tổn thương. Đêm đó, Linh đọc Lu-ca 10:38-41, bị thuyết phục bởi "một điều cần thiết". Sự thận trọng của nhà thờ—tích trữ, cô lập—phản ánh sự mất tập trung của Martha. Chúa Jesus đã ban sự thanh tẩy, nhưng nỗi sợ hãi đã chặn cánh cửa. Linh cảm thấy tiếng gõ cửa của Ngài, thúc giục sự táo bạo.

3. Cuộc khủng hoảng

Cảnh sát đã đột kích, đốt cháy khu rừng sau khi nhận được tin báo. Mai đã bị bắt; một số tín đồ đã bỏ trốn, những người khác đã giấu đồ tiếp tế. Linh, được tha, đã đối mặt với sự nhút nhát của mình. Lời cảnh báo của Mai—sự hoang tàn của Ma-thi-ơ 23:15—đã vang lên sự thật. Anh đã gia nhập một nhóm còn sót lại trong một hang động, do một người thợ dệt tên là Tuấn dẫn đầu. Những lời cầu nguyện quên mình của họ đã phơi bày sự ích kỷ của nhà thờ. Linh đã nhìn thấy sự thật: cuộc đàn áp đã phơi bày một đức tin rỗng tuếch, bị ô uế bởi nỗi sợ hãi, tro tàn của khu rừng là dấu hiệu của sự hủy hoại về mặt tâm linh.

4. Phần còn lại

Linh đã tập hợp những người còn sót lại—Tuấn, Mai (được giải thoát), và tám người khác. "Chúng ta đã loại Chúa Jesus ra ngoài," anh ấy thú nhận. Họ nghiên cứu Khải Huyền 2:10, chấp nhận lòng trung thành tốn kém. Những người còn sót lại chia sẻ gạo với dân làng, có nguy cơ bị bắt. Lu-ca 10:42 đã truyền cảm hứng cho họ: "Phần tốt hơn." Một người hàng xóm đã cải đạo; một đứa trẻ tham gia thờ phượng. Lòng can đảm của những người còn sót lại đã thắp sáng bóng tối, mở ra cánh cửa cho quyền năng của Chúa Jesus.

5. Lời cảnh báo của thiên đường

Sự phá hủy của khu rừng cảnh báo các nhà thờ bị đàn áp: Sợ hãi phản bội đức tin. Khải Huyền 2:10 kêu gọi lòng trung thành cho đến chết. Ma-thi-ơ 23:15 báo hiệu sự hoang tàn cho những trái tim nhút nhát. Bạn sẽ tích trữ hay cho đi? Phần còn lại chỉ ra con đường: táo bạo, vị tha, tận tụy. Hãy mở cánh cửa đến với sứ mệnh của Chúa Giê-su, nếu không sự đàn áp sẽ phá vỡ bạn. Hãy chọn sự thân mật thay vì sự sống còn—ngay bây giờ.

Câu chuyện 27: Châu Âu – Truyền thống đã chết – Tiếng vọng của sự trống rỗng

Kinh thánh: Luca 10:38-41, Khải huyền 2:5, Ma-thi-ơ 23:15

1. Ảo ảnh

Tại London, Vương quốc Anh, Nhà thờ St. Alban là một tượng đài của đức tin, các mái vòm đá của nhà thờ thu hút khách du lịch. Mục sư Charles, một học giả 55 tuổi, đã chủ trì các buổi lễ chính thức cho một giáo đoàn thưa thớt. Những bài thánh ca ngân nga, và các khoản tài trợ di sản đã tài trợ cho việc bảo trì. Charles tôn kính truyền thống, coi phụng vụ là sự thờ phượng. Nhưng các buổi lễ thì lạnh lẽo, trái tim không lay động. Giống như Martha trong Luca 10:40, Nhà thờ St. Alban đã "bị phân tâm bởi nhiều việc phục vụ", giữ gìn hình thức trong khi Chúa Jesus gõ cửa những cánh cửa gỗ sồi của nhà thờ, tiếng gọi của Người bị lạc trong tiếng vọng.

2. Tiếng gõ cửa

Trong một buổi lễ, một người nhập cư Nigeria tên là Ada đã đứng. "Khải Huyền 2:5 nói rằng, 'Hãy ăn năn và làm những việc bạn đã làm lúc đầu'", bà cảnh báo. "Chúa Jesus đang gõ cửa, nhưng bạn vẫn bám vào nghi lễ trống rỗng!" Charles nổi giận, nhưng lời của bà vẫn còn đọng lại. Đêm đó, ông đọc Lu-ca 10:38-41, bị ấn tượng bởi "một điều cần thiết".

Các truyền thống của St. Alban, từng sôi động, giờ đây chỉ còn là một ngôi mộ. Chúa Jesus tìm kiếm sự phục hưng, nhưng hình thức đã chặn cánh cửa. Lời cảnh báo của Ada vang vọng, Charles cảm thấy tiếng gõ cửa của Ngài.

3. Cuộc khủng hoảng

Một trận lụt đã làm hư hại nhà thờ, phơi bày sự bảo trì bị bỏ bê. Các nhà tài trợ đã rút lui; các băng ghế trống rỗng. Những người ngang hàng của Charles thúc đẩy việc khôi phục, nhưng những lời của Ada—sự hoang tàn của Matthew 23:15—ám ảnh ông. Ông đã tham gia một nhóm cầu nguyện của thanh thiếu niên trong một hầm mộ, do một sinh viên, Liam, dẫn đầu. Sự thờ phượng nhiệt thành của họ đã tiết lộ sự vô hồn của St. Alban. Charles đã nhìn thấy sự thật: truyền thống đã chôn vùi đức tin, mời gọi sự phán xét (Khải Huyền 2:5).

4. Phần còn lại

Charles đã tổ chức một buổi cầu nguyện trong đống đổ nát. "Chúng ta đã mất Chúa Jesus," ông thú nhận với 200 người đã đến. Ông đã đổi sự hào nhoáng để học Kinh thánh. Một số người còn sót lại—Liam, Ada và những người khác—đã chấp nhận lời kêu gọi ăn năn trong Khải huyền 2:5. Lu-ca 10:42 đã hướng dẫn họ: "Phần tốt hơn." Họ đã phục vụ những người tị nạn, phục hồi sự thờ phượng. Một người hoài nghi đã tìm thấy đức tin; một gia đình đã hòa giải. Những người còn sót lại đã thổi luồng sinh khí, mở ra cánh cửa đến với sự hiện diện của Chúa Jesus.

5. Lời cảnh báo của thiên đường

Sự đổ nát của St. Alban cảnh báo các nhà thờ ở Châu Âu: Truyền thống không có Chúa Jesus là sự chết. Khải Huyền 2:5 thúc giục, "Hãy làm những việc bạn đã làm lúc đầu." Ma-thi-ơ 23:15 dự đoán sự hoang tàn cho các nghi lễ vô hồn. Bạn sẽ bám vào hình thức hay đức tin? Phần còn sót lại chỉ ra con đường: sống động, khiêm nhường, đầu hàng. Hãy mở cửa cho Chúa Jesus, nếu không chân đèn của bạn sẽ ngã. Hãy chọn sự thân mật thay vì thể chế—ngay bây giờ.

Câu chuyện 28: Bắc Mỹ – Mù lòa do tăng trưởng quá mức – Sự lấp lánh của vinh quang

Kinh thánh: Luca 10:38-41, Khải huyền 3:1-3, Ma-thi-ơ 23:15

1. Ảo ảnh

Tại Houston, Texas, Nhà thờ Radiance đã lấp đầy một mái vòm lớn có sức chứa 14.000 chỗ ngồi với năng lượng sôi động. Mục sư Ava, một người đàn ông 42 tuổi với cuốn sách sùng đạo bán chạy nhất, đã rao giảng về "số phận" với phong cách điện ảnh. Ứng dụng của nhà thờ đã biến việc cho đi thành trò chơi và các chuyến tham quan thờ phượng của nhà thờ đã lấp đầy các đấu trường. Các sứ mệnh toàn cầu và các chiến dịch #RadianceRising đã thu hút hàng triệu người trực tuyến. Khẩu hiệu của Ava, "Shine Your Glory", đã gây ra tiếng reo hò. Nhưng nhà thờ đã theo đuổi các số liệu thống kê - lượng người tham dự, lượt phát trực tuyến, lợi nhuận - hơn là sự thánh khiết. Giống như Martha trong Luca 10:40, Radiance đã "bị phân tâm bởi quá nhiều việc phục vụ", xây dựng một đế chế lấp lánh trong khi Chúa Jesus gõ cửa những cánh cửa LED của nhà thờ, lời kêu gọi của Ngài chìm trong tiếng vỗ tay.

2. Tiếng gõ cửa

Trong một buổi lễ phát trực tiếp, một giáo viên tên là Samuel đã đứng lên. "Khải Huyền 3:1 chép rằng, 'Ngươi có tiếng là sống, nhưng ngươi đã chết'", ông cảnh báo. "Chúa Jesus đang gõ cửa, nhưng ngươi lại đang bán sự sáng bóng!" Ava gạt phắt ông ta, nhưng lời ông ta lại đâm xuyên qua. Đêm đó, cô đọc Lu-ca 10:38-41, bị thuyết phục bởi "một điều cần thiết". Sự điên cuồng của Radiance—các sự kiện, tiếng nhấp chuột, ảnh hưởng—phản chiếu sự mất tập trung của Martha. Chúa Jesus tìm kiếm sự thân mật, nhưng nhà thờ lại rao bán vinh quang. Lời cảnh báo của Samuel vẫn còn đó, Ava cảm nhận được tiếng gõ cửa của Đấng Cứu Rỗi.

3. Cuộc khủng hoảng

Một bài vạch trần đã tiết lộ gian lận: quỹ truyền giáo đã thúc đẩy thương hiệu của Ava. #RadianceRuin trở thành xu hướng; đám đông biến mất. Nhóm của Ava đã thúc đẩy một chiến dịch quan hệ công chúng, nhưng những lời của Samuel—"sự ghê tởm tàn phá" trong Ma-thi-ơ 23:15—đã ám ảnh cô. Cô đã đến thăm một nhóm cầu nguyện trong tầng hầm của một nhà thờ, do một đầu bếp tên là Naomi dẫn đầu. Sự thờ phượng thô sơ của họ đã phơi bày sự trống rỗng của Radiance. Ava đã nhìn thấy sự thật: sự tăng trưởng quá mức đã sinh ra một nhà thờ đã chết, sự hào nhoáng của nó là lời nói dối (Khải Huyền 3:1), mời gọi sự phán xét của Chúa.

4. Phần còn lại

Ava đã triệu tập một cuộc mít tinh ăn năn trên một cánh đồng. “Chúng ta đã mất Chúa Jesus,” cô thú nhận với 1.500 người ở lại. Cô cắt giảm các chương trình, tài trợ cho người nghèo. Một số người còn sót lại—Naomi, Samuel và những người khác—đã nghiên cứu Khải Huyền 3:2: “Hãy củng cố những gì còn lại.” Lu-ca 10:42 đã hướng dẫn họ: “Phần tốt hơn.” Họ đã phục vụ nơi trú ẩn, khôi phục lòng tin. Một thiếu niên vô gia cư đã tìm thấy đức tin; một người hoài nghi đã tham gia cầu nguyện. Những người còn sót lại đã chọn sự thân mật, mở ra cánh cửa đến với sự hiện diện của Chúa Jesus.

5. Lời cảnh báo của thiên đường

Sự sụp đổ của Radiance cảnh báo các nhà thờ tăng trưởng quá mức: Sự lấp lánh lừa dối. Khải Huyền 3:1 phơi bày danh tiếng đã chết. Ma-thi-ơ 23:15 tiên đoán sự hoang tàn cho các đế chế trống rỗng. Bạn sẽ theo đuổi sự lấp lánh hay Đấng

Christ? Phần còn sót lại chỉ đường: khiêm nhường, tận tụy, đầu hàng. Hãy mở cửa cho Chúa Jesus, nếu không chân đèn của bạn sẽ ngã. Hãy chọn sự thân mật thay vì ảo tưởng—ngay bây giờ.

Câu chuyện 2 9: Châu Phi – Sự hồi sinh của sự tha hóa – Ngọn lửa đã lụi tàn

Kinh Thánh: Luca 10:38-41, Khải Huyền 2:4-5, Ma-thi-ơ 23:15

1. Ảo ảnh

Tại Abuja, Nigeria, Nhà thờ Eternal Fire đã lấp đầy một sân vận động có sức chứa 12.000 chỗ ngồi với những cuộc phục hưng nhiệt thành. Mục sư Chukwu, một nhà truyền giáo truyền hình 48 tuổi, đã rao giảng những phép lạ, các cuộc thập tự chinh của ông được phát sóng khắp Châu Phi. Các khoản quyên góp đã xây dựng trường học và phòng thu, hashtag #EternalFire của ông trở thành xu hướng. Đám đông nhảy múa, gieo "hạt giống" để được ban phước. Nhưng lời cầu nguyện đã phai nhạt; tiền dâng hiến đã tài trợ cho máy bay phản lực của Chukwu. Giống như Martha trong Luca 10:40, nhà thờ đã "bị phân tâm bởi nhiều việc phục vụ", theo đuổi ngọn lửa phục hưng trong khi Chúa Jesus gõ cửa cổng thép của mình, tiếng gọi của Ngài bị mất trong tiếng gầm rú.

2. Tiếng gõ cửa

Tại một cuộc mít tinh chữa lành, một góa phụ tên là Mercy đã đứng lên. “Khải Huyền 2:4 chép rằng, 'Ngươi đã từ bỏ tình yêu đầu tiên của mình,'” bà cảnh báo. “Chúa Jesus đang gõ cửa, nhưng ngươi đã đổi Ngài lấy danh tiếng!” Chukwu ra hiệu an toàn, nhưng lời nói của bà lại làm đau nhói. Đêm đó, ông đọc Lu-ca 10:38-41, bị thuyết phục bởi “một điều cần thiết”. Những ngày đầu của Lửa Vĩnh Hằng—lời cầu nguyện sốt sắng, tình yêu thương được chia sẻ—đã phai nhạt vì sự phô trương. Chúa Jesus tìm kiếm sự thân mật, nhưng tham vọng đã chặn cánh cửa. Lời cảnh báo của Mercy vang vọng, Chukwu cảm thấy tiếng gõ cửa của Ngài.

3. Cuộc khủng hoảng

Một vụ bê bối đã vạch trần những phép lạ giả mạo; quỹ trường học đã bị chuyển hướng. Xu hướng #EternalFraud nổi lên; sân vận động trống rỗng. Đội của Chukwu đã thúc đẩy một vụ sửa chữa truyền thông, nhưng những lời của Mercy—sự hoang tàn của Matthew 23:15—đã ám ảnh anh. Anh đã tham gia một nhóm cầu nguyện ở khu ổ chuột do một thợ may tên là Esther dẫn đầu. Sự thờ phượng thô sơ của họ đã tiết lộ sự tha hóa của Eternal Fire. Chukwu đã nhìn thấy sự thật: tham vọng đã làm phai nhạt ngọn lửa của nhà thờ, dẫn đến sự phán xét (Khải Huyền 2:5).

4. Phần còn lại

Chukwu đã tổ chức một buổi lễ ăn năn tại một khu chợ. “Chúng ta đã mất Chúa Jesus,” ông khóc với 2.000 người đến. Ông đã bán tài sản, tài trợ cho trẻ mồ côi. Một số người còn sót lại—Esther, Mercy và những người khác—đã nghiên cứu Khải Huyền 2:5, quay trở lại với tình yêu ban đầu. Lu-ca 10:42 đã hướng dẫn họ: "Phần tốt hơn." Họ đã cho người nghèo ăn, khôi phục lại lòng tin. Một người ăn xin đã tìm thấy hy vọng; một thanh niên đã dẫn đầu sự phục hưng. Những người còn sót lại đã thắp lại đức tin, mở ra cánh cửa đến với sự hiện diện của Chúa Jesus.

5. Lời cảnh báo của thiên đường

Sự sụp đổ của Lửa Vĩnh Hằng cảnh báo các nhà thờ phục hưng: Tham vọng dập tắt đức tin. Khải Huyền 2:5 thúc giục, "Hãy ăn năn và làm những việc bạn đã làm lúc đầu." Ma-thi-ơ 23:15 dự đoán sự hoang tàn cho ngọn lửa hư hỏng. Bạn sẽ theo đuổi danh vọng hay đức tin? Phần còn sót lại chỉ ra con đường: khiêm nhường, trong sạch, đầu hàng. Hãy mở cửa cho Chúa Jesus, nếu không ngọn lửa của bạn sẽ tắt. Hãy chọn sự thân mật thay vì tham vọng—ngay bây giờ.

Câu chuyện 3 0: Úc – Sự thỏa hiệp thân thiện với người tìm kiếm - Ánh sáng không có Chúa

Kinh thánh: Luca 10:38-41, Khải huyền 3:15-16, Ma-thi-ơ 23:15

1. Ảo ảnh

Tại Melbourne, Úc, Nhà thờ Horizon Light đã phát triển mạnh mẽ trong một nhà hát có sức chứa 5.000 chỗ ngồi. Mục sư Riley, một người đàn ông 36 tuổi với một vlog lan truyền, đã rao giảng những thông điệp mang lại cảm giác dễ chịu, tránh xa sự đau đớn của tội lỗi. Ứng dụng của nhà thờ cung cấp "lời cầu nguyện về sức khỏe" và quán cà phê của nhà thờ tổ chức các buổi tĩnh tâm yoga. #HorizonLight trở thành xu hướng, thu hút những người thuộc thế hệ thiên niên kỷ tìm kiếm mục đích. Câu khẩu hiệu của Riley, "Glow Your Way" (Tỏa sáng theo cách của bạn), đã lấp đầy chỗ ngồi. Nhưng sự thật đã bị pha loãng; sự ăn năn bị gạt sang một bên. Giống như Martha trong Luca 10:40, Horizon Light đã "bị phân tâm bởi việc phục vụ quá nhiều", tỏa sáng cho những người tìm kiếm trong khi Chúa Jesus gõ cửa những cánh cửa bóng bẩy của nhà thờ, tiếng gọi của Ngài bị lạc trong rung cảm.

2. Tiếng gõ cửa

Trong một buổi lễ "chăm sóc sức khỏe", một trưởng lão tên là Joan đã đứng lên. "Khải Huyền 3:15 nói rằng, 'Các ngươi hâm hẩm'", bà cảnh báo. "Chúa Jesus đang gõ cửa, nhưng các ngươi đã khóa Ngài lại vì những điều như thế!" Riley chế giễu, nhưng lời bà đã chạm đến. Đêm đó, ông đọc Lu-ca 10:38-41, bị thuyết phục bởi "một điều cần thiết". Lời kêu gọi của Horizon Light—thời thượng, hời hợt—phản ánh sự sao nhãng của Martha. Chúa Jesus đã đưa ra sự thật, nhưng sự thỏa hiệp đã chặn cánh cửa. Lời cảnh báo của Joan vẫn còn đó, Riley cảm thấy tiếng gõ cửa của Ngài.

3. Cuộc khủng hoảng

Một bài đăng lan truyền đã vạch trần những lời dạy hời hợt ; các thành viên đã rời đi sau cuộc sống không thay đổi. #HorizonHype trở thành xu hướng; rạp hát trở nên vắng tanh. Nhóm của Riley đã lên kế hoạch đổi thương hiệu, nhưng những lời của Joan—sự hoang tàn của Ma-thi-ơ 23:15—ám ảnh anh. Anh tham gia một nhóm cầu nguyện trong một phòng chứa đồ, do một y tá tên là Ethan dẫn đầu. Sự thờ phượng táo bạo của họ đã tiết lộ sự trống rỗng của Horizon Light. Riley đã nhìn thấy sự thật: sự thỏa hiệp thân thiện với người tìm kiếm đã tạo ra một nhà thờ thờ ơ, sẵn sàng bị nhổ ra (Khải Huyền 3:16).

4. Phần còn lại

Riley đã tổ chức một buổi xưng tội trong công viên. "Chúng ta đã mất Chúa Jesus," ông nói với 800 người ở lại. Ông rao giảng về sự ăn năn, cắt bỏ những sự kiện hời hợt. Một số người còn sót lại—Ethan, Joan và những người khác—đã chấp nhận "phần tốt hơn" của Lu-ca 10:42. Họ phục vụ những người vô gia cư, chia sẻ chân lý. Một người hoài nghi đã tìm thấy đức tin; một thanh niên lãnh đạo hoạt động tiếp cận. Những người còn sót lại tỏa sáng với Chúa, mở ra cánh cửa đến với sự hiện diện của Chúa Jesus.

5. Lời cảnh báo của thiên đường

Sự sụp đổ của Horizon Light cảnh báo các nhà thờ thân thiện với người tìm kiếm: Sự thỏa hiệp sinh ra sự nguội lạnh (Khải Huyền 3:16). Ma-thi-ơ 23:15 tiên đoán sự hoang tàn cho đức tin bị pha loãng. Bạn sẽ theo đuổi sự rực rỡ hay

Chúa? Phần còn sót lại chỉ ra con đường: chân thật, nhiệt thành, đầu hàng. Hãy mở cánh cửa đến với lẽ thật của Chúa Jesus, hoặc bị nhổ ra. Hãy chọn sự thân mật thay vì sự hoan hô—ngay bây giờ.

Câu chuyện 31: Bắc Mỹ – Mù quáng tăng trưởng quá mức – Ảo tưởng về vô cực

Kinh thánh: Luca 10:38-41, Khải huyền 3:1-3, Ma-thi-ơ 23:15

1. Ảo ảnh

Tại Los Angeles, California, Nhà thờ Infinite Hope đã lấp đầy một đấu trường có sức chứa 16.000 chỗ ngồi với nguồn năng lượng rực rỡ. Mục sư Liam, một người đàn ông 41 tuổi với chương trình đặc biệt trên Netflix, đã rao giảng về "đức tin vô hạn" với phong cách Hollywood. Ứng dụng của nhà thờ theo dõi "mục tiêu phước lành" và các chương trình thờ phượng được chiếu sáng bằng máy bay không người lái của nhà thờ đã trở nên lan truyền. Các hoạt động tiếp cận toàn cầu và chiến dịch #InfiniteHope đã thu hút hàng triệu người theo dõi. Khẩu hiệu của Liam, "Sống không giới hạn", đã gây ra tiếng reo hò. Nhưng nhà thờ đã theo đuổi các số liệu thống kê—lượt xem, chỗ ngồi, tiền quyên góp—hơn là sự thánh khiết. Giống như Martha trong Luca 10:40, Infinite Hope đã "bị phân tâm bởi quá nhiều việc phục vụ", tạo ra một ảo ảnh trong khi Chúa Jesus gõ cửa những cánh cửa đèn neon của nhà thờ, tiếng gọi của Ngài bị lạc trong cảnh tượng đó.

2. Tiếng gõ cửa

Trong một buổi lễ lớn, một thủ thư tên là Deborah đã đứng lên. “Khải Huyền 3:1 chép rằng, 'Ngươi có tiếng là sống, nhưng ngươi đã chết'”, bà cảnh báo. “Chúa Jesus đang gõ cửa, nhưng ngươi đang bán sự vô hạn!” Liam phẩy tay với bà, nhưng lời bà nói đã đâm thủng. Đêm đó, anh đọc Lu-ca 10:38-41, bị thuyết phục bởi “một điều cần thiết”. Sự điên cuồng của Infinite Hope—các sự kiện, luồng, sự cường điệu—phản ánh sự mất tập trung của Martha. Chúa Jesus tìm kiếm sự thân mật, nhưng nhà thờ lại rao bán sự vĩ đại. Lời cảnh báo của Deborah vẫn còn đó, Liam cảm thấy tiếng gõ cửa của Đấng Cứu Rỗi.

3. Cuộc khủng hoảng

Một vụ rò rỉ đã phơi bày gian lận: các quỹ tiếp cận đã thúc đẩy lối sống của Liam. #InfiniteScam trở thành xu hướng; đám đông biến mất. Nhóm của Liam đã thúc đẩy một bản sửa lỗi quan hệ công chúng, nhưng những lời của Deborah—"sự ghê tởm tàn phá" trong Ma-thi-ơ 23:15—đã ám ảnh anh. Anh đã đến thăm một nhóm cầu nguyện trong phòng chứa đồ của nhà thờ, do một người làm vườn, Ezra, dẫn đầu. Sự thờ phượng thô sơ của họ đã phơi bày sự trống rỗng của Infinite Hope. Liam đã nhìn thấy sự thật: sự tăng trưởng quá mức đã sinh ra một nhà thờ đã chết, danh tiếng của nó là một lời nói dối (Khải Huyền 3:1), mời gọi sự phán xét của Chúa.

4. Phần còn lại

Liam đã triệu tập một cuộc mít tinh ăn năn trong một công viên. "Chúng ta đã mất Chúa Jesus," ông thú nhận với 2.000 người ở lại. Ông cắt giảm các chương trình hào nhoáng, tài trợ cho các nhu cầu địa phương. Một số người còn sót lại—Ezra, Deborah và những người khác—đã nghiên cứu Khải Huyền 3:2: "Hãy làm cho vững mạnh những gì còn lại." Luca 10:42 đã hướng dẫn họ: "Phần tốt hơn." Họ đã phục vụ nơi trú ẩn, khôi phục lòng tin. Một người phụ nữ vô gia cư đã tìm thấy đức tin; một thiếu niên đã lãnh đạo hoạt động tiếp cận. Những người còn sót lại đã chọn sự thân mật, mở cánh cửa đến với sự hiện diện của Chúa Jesus.

5. Lời cảnh báo của thiên đường

Sự sụp đổ của Infinite Hope cảnh báo các nhà thờ tăng trưởng quá mức: Sự vĩ đại lừa dối. Khải Huyền 3:1 phơi bày danh tiếng đã chết. Ma-thi-ơ 23:15 tiên đoán sự hoang tàn cho những ảo tưởng rỗng tuếch. Bạn sẽ theo đuổi sự vô hạn hay Đấng Christ? Phần còn sót lại chỉ đường: khiêm nhường, tận tụy, đầu hàng. Hãy mở cửa cho Chúa Jesus, nếu không chân đèn của bạn sẽ ngã. Hãy chọn sự thân mật thay vì sự phô trương—ngay bây giờ.

Câu chuyện 32: Châu Phi – Sự Phục Hưng Sự Tham Nhũng – Tia Lửa Lạc Lối

Kinh Thánh: Luca 10:38-41, Khải Huyền 2:4-5, Ma-thi-ơ 23:15

1. Ảo ảnh

Tại Kampala, Uganda, Nhà thờ Zion Flame đã lấp đầy một căn lều 10.000 chỗ ngồi với những buổi phục hưng nhiệt thành. Mục sư Ruth, một người phụ nữ 45 tuổi sở hữu một đế chế phát thanh, đã rao giảng những phép lạ, các cuộc mít tinh của bà được phát trực tiếp trên khắp lục địa. Các khoản quyên góp đã xây dựng các phòng khám và phòng thu, hashtag #ZionFlame của bà trở thành xu hướng. Đám đông nhảy múa, gieo "hạt giống" cho sự thịnh vượng. Nhưng lời cầu nguyện đã giảm dần; các lễ vật đã tài trợ cho sự xa hoa của Ruth. Giống như Martha trong Luca 10:40, nhà thờ đã "bị phân tâm bởi việc phục vụ quá nhiều", theo đuổi tia lửa phục hưng trong khi Chúa Jesus gõ cửa những cánh cửa vải bạt của mình, tiếng gọi của Ngài đã bị lạc trong sự nhiệt thành.

2. Tiếng gõ cửa

Trong một cuộc thập tự chinh kỳ diệu, một vị trưởng lão tên là Amos đã đứng lên. "Khải Huyền 2:4 chép rằng, 'Ngươi đã từ bỏ tình yêu đầu tiên của mình,'" ông cảnh báo. "Chúa Jesus đang gõ cửa, nhưng ngươi đã đổi Ngài lấy danh tiếng!" Ruth ra hiệu an toàn, nhưng lời nói của ông lại làm đau nhói. Đêm đó, cô đọc Lu-ca 10:38-41, bị thuyết phục bởi "một điều cần thiết". Những ngày đầu của Zion Flame—cầu nguyện nhiệt thành, tình yêu thương được chia sẻ—đã đi chệch hướng vì sự phô trương. Chúa Jesus tìm kiếm sự thân mật, nhưng tham vọng đã chặn cánh cửa. Lời cảnh báo của Amos vang vọng, Ruth cảm thấy tiếng gõ cửa của Ngài.

3. Cuộc khủng hoảng

Một bài vạch trần tiết lộ những vụ chữa lành được dàn dựng; tiền quỹ của phòng khám đã bị chuyển hướng. Xu hướng #ZionFraud; lều trống rỗng. Nhóm của Ruth đã thúc đẩy một vụ sửa chữa truyền thông, nhưng những lời của Amos—sự hoang tàn của Matthew 23:15—ám ảnh cô. Cô đã tham gia một nhóm cầu nguyện ở khu ổ chuột do một thợ may, Lydia, dẫn đầu. Sự thờ phượng thô sơ của họ đã vạch trần sự tha hóa của Zion Flame. Ruth đã nhìn thấy sự thật: tham vọng đã dập tắt tia lửa của nhà thờ, mời gọi sự phán xét (Khải Huyền 2:5).

4. Phần còn lại

Ruth đã tổ chức một buổi lễ ăn năn tại một cánh đồng. "Chúng ta đã mất Chúa Jesus," bà khóc với 1.800 người đến. Bà đã bán tài sản, tài trợ cho người nghèo. Một số người còn sót lại—Lydia, Amos và những người khác—đã nghiên cứu Khải Huyền 2:5, quay trở lại với tình yêu ban đầu. Luca 10:42 đã hướng dẫn họ: "Phần tốt hơn." Họ đã nuôi dưỡng trẻ mồ côi, khôi phục lòng tin. Một góa phụ đã tìm thấy hy vọng; một cuộc phục hưng do thanh niên lãnh đạo. Những người còn sót lại đã thắp lại đức tin, mở ra cánh cửa đến với sự hiện diện của Chúa Jesus.

5. Lời cảnh báo của thiên đường

Sự sụp đổ của Zion Flame cảnh báo các nhà thờ phục hưng: Tham vọng dập tắt đức tin. Khải Huyền 2:5 thúc giục, "Hãy ăn năn và làm những việc bạn đã làm lúc đầu." Ma-thi-ơ 23:15 dự đoán sự hoang tàn cho những tia lửa lạc. Bạn sẽ theo đuổi danh vọng hay đức tin? Những người còn sót lại chỉ đường: khiêm nhường, trong sạch, đầu hàng. Hãy mở cửa cho Chúa Jesus, nếu không ngọn lửa của bạn sẽ tắt. Hãy chọn sự thân mật thay vì tham vọng—ngay bây giờ.

Câu chuyện 3 3: Châu Á – Sự thanh tẩy sau cuộc bách hại – Ánh sáng trong cơn bão

Kinh thánh: Luca 10:38-41, Khải huyền 2:10, Ma-thi-ơ 23:15

1. Ảo ảnh

Tại một ngôi làng ven biển ở Philippines, một nhà thờ bí mật họp tại một túp lều của ngư dân. Mục sư Mateo, một cựu thủy thủ, đã dẫn đầu hai mươi tín đồ, những lời cầu nguyện của họ thì thầm để tránh các cuộc đột kích của cảnh sát. Họ chia sẻ cá, ghi nhớ Kinh thánh và che giấu những người cải đạo. Sự ngược đãi đã rèn nên sự đoàn kết—những người bên ngoài nhìn thấy họ rạng rỡ. Nhưng một số người tích trữ thức ăn, sợ bị tấn công; những người khác xa lánh những người mới đến, sợ bị phản bội. Giống như Martha trong Luca 10:40, họ "bị phân tâm bởi nhiều việc phục vụ", sự sống còn chiến thắng sự hy sinh. Chúa Jesus gõ cửa gỗ trôi dạt của túp lều, nhưng nỗi sợ hãi đã làm nghẹt tiếng nói của Ngài.

2. Tiếng gõ cửa

Trong một buổi họp đầy giông bão, một thiếu nữ tên Luz đã phát biểu. "Khải Huyền 2:10 chép rằng, 'Hãy trung thành cho đến chết'", cô thúc giục. "Chúa Jesus đang gõ cửa, nhưng chúng ta đang trốn tránh tiếng gọi của Ngài!" Mateo căng thẳng; anh trai của Luz đã bị đánh. Lòng can đảm của cô bị tổn thương. Đêm đó, Mateo đọc Lu-ca 10:38-41, bị thuyết phục bởi "một điều cần thiết". Sự thận trọng của nhà thờ—tích trữ, cô lập—phản ánh sự mất tập trung của Martha. Chúa Jesus đã ban sự thanh tẩy, nhưng nỗi sợ hãi đã chặn cánh cửa. Mateo cảm thấy tiếng gõ cửa của Ngài, thúc giục sự táo bạo.

3. Cuộc khủng hoảng

Một cuộc đột kích đã xảy ra, đốt cháy túp lều sau một sự phản bội. Luz đã bị bắt; một số tín đồ đã bỏ trốn, những người khác đã giấu đồ tiếp tế. Mateo, được tha, đã đối mặt với sự nhút nhát của mình. Lời cảnh báo của Luz—sự hoang tàn của Ma-thi-ơ 23:15—đã vang lên sự thật. Ông đã gia nhập một nhóm còn sót lại trong một hang động, do một người nông dân tên là Juan dẫn đầu. Những lời cầu nguyện quên mình của họ đã phơi bày sự ích kỷ của nhà thờ. Mateo đã nhìn thấy sự thật: cuộc đàn áp đã phơi bày một đức tin rỗng tuếch, đống tro tàn của túp lều là dấu hiệu của sự hủy hoại về mặt tâm linh.

4. Phần còn lại

Mateo đã tập hợp những người còn sót lại—Juan, Luz (được giải thoát), và mười người khác. "Chúng ta đã loại Chúa Jesus ra ngoài," ông thú nhận. Họ nghiên cứu Khải Huyền 2:10, chấp nhận lòng trung thành tốn kém. Những người còn sót lại chia sẻ cá với dân làng, có nguy cơ bị bắt. Lu-ca 10:42 đã truyền cảm hứng cho họ: "Phần tốt hơn." Một người hàng xóm đã cải đạo; một đứa trẻ tham gia thờ phượng. Lòng can đảm của những người còn sót lại đã thắp sáng cơn bão, mở ra cánh cửa cho quyền năng của Chúa Jesus.

5. Lời cảnh báo của thiên đường

Sự phá hủy của túp lều cảnh báo các nhà thờ bị đàn áp: Sợ hãi phản bội đức tin. Khải Huyền 2:10 kêu gọi lòng trung thành cho đến chết. Ma-thi-ơ 23:15 báo hiệu sự hoang tàn cho những trái tim nhút nhát. Bạn sẽ tích trữ hay cho đi? Phần còn lại chỉ ra con đường: táo bạo, vị tha, tận tụy. Hãy mở cánh cửa đến với sứ mệnh của Chúa Giê-su, nếu không sự đàn áp sẽ phá vỡ bạn. Hãy chọn sự thân mật thay vì sự sống còn—ngay bây giờ

Câu chuyện 34: Châu Á – Sự thanh tẩy sau cuộc bách hại – Than hồng trong tro tàn

Kinh thánh: Luca 10:38-41, Khải huyền 2:10, Ma-thi-ơ 23:15

1. Ảo ảnh

Tại một ngôi làng xa xôi ở Aceh, Indonesia, một nhà thờ bí mật họp trong một túp lều tranh. Mục sư Budi, một cựu giáo viên, đã dẫn đầu hai mươi lăm tín đồ, những lời cầu nguyện của họ thì thầm để trốn tránh các cuộc tuần tra của luật Sharia. Họ chia sẻ cơm, ghi nhớ Kinh thánh và giấu những người cải đạo trong nhà kho. Sự ngược đãi đã tôi luyện nên mối liên kết của họ—những người bên ngoài nhìn thấy họ rạng rỡ. Nhưng một số người tích trữ thức ăn, sợ bị đột kích; những người khác xa lánh những người mới đến, sợ bị phản bội. Giống như Martha trong Luca 10:40, họ "bị phân tâm bởi việc phục vụ nhiều", sự sống còn làm lu mờ sự hy sinh. Chúa Jesus gõ cửa túp lều mong manh, nhưng nỗi sợ hãi đã làm nghẹt tiếng nói của Ngài.

2. Tiếng gõ cửa

Trong một buổi họp lúc nửa đêm, một góa phụ trẻ tên là Sari đã phát biểu. "Khải Huyền 2:10 nói rằng, 'Hãy trung thành cho đến chết'", cô thúc giục. "Chúa Jesus đang gõ cửa, nhưng chúng ta đang trốn tránh tiếng gọi của Ngài!" Budi giật mình; chồng của Sari đã bị tử đạo. Lòng can đảm của cô bị tổn thương. Đêm đó, Budi đọc Lu-ca 10:38-41, bị thuyết phục bởi "một điều cần thiết". Sự thận trọng của nhà thờ—

tích trữ, cô lập—phản ánh sự mất tập trung của Martha. Chúa Jesus đã ban sự thanh tẩy, nhưng nỗi sợ hãi đã chặn cánh cửa. Budi cảm thấy tiếng gõ cửa của Ngài, thúc giục sự táo bạo.

3. Cuộc khủng hoảng

Một cuộc đột kích đã đốt cháy túp lều sau một sự phản bội. Sari đã bị bắt; một số tín đồ đã bỏ trốn, những người khác đã giấu đồ tiếp tế. Budi, được tha, đã đối mặt với sự nhút nhát của mình. Lời cảnh báo của Sari—"sự ghê tởm của sự hoang tàn" trong Ma-thi-ơ 23:15—đã vang lên sự thật. Ông đã gia nhập một nhóm còn sót lại trong một khoảng đất trống trong rừng rậm, do một ngư dân tên là Wayan dẫn đầu. Những lời cầu nguyện quên mình của họ đã phơi bày sự ích kỷ của nhà thờ. Budi đã nhìn thấy sự thật: cuộc đàn áp đã phơi bày một đức tin rỗng tuếch, đống tro tàn của túp lều là dấu hiệu của sự hủy hoại về mặt tinh thần.

4. Phần còn lại

Budi đã tập hợp những người còn sót lại—Wayan, Sari (được giải thoát), và mười người khác—trong một hang động. "Chúng ta đã đóng cửa Chúa Jesus," ông thú nhận. Họ nghiên cứu Khải Huyền 2:10, chấp nhận lòng trung thành tốn kém. Những người còn sót lại chia sẻ mùa màng với dân làng, có nguy cơ bị bắt. Lu-ca 10:42 đã truyền cảm hứng cho họ: "Phần tốt hơn." Một người hàng xóm đã cải đạo; một đứa trẻ tham gia thờ phượng. Lòng can đảm của những người còn sót lại đã thắp sáng đống tro tàn, mở ra cánh cửa đến với quyền năng của Chúa Jesus.

5. Lời cảnh báo của thiên đường

Sự phá hủy của túp lều cảnh báo các nhà thờ bị đàn áp: Sợ hãi phản bội đức tin. Khải Huyền 2:10 kêu gọi lòng trung thành cho đến chết. Ma-thi-ơ 23:15 báo hiệu sự hoang tàn cho những trái tim nhút nhát. Bạn sẽ tích trữ hay cho đi? Những người còn sót lại chỉ đường: táo bạo, vị tha, tận tụy. Hãy mở cánh cửa đến với sứ mệnh của Chúa Giê-su, nếu không sự đàn áp sẽ phá vỡ bạn. Hãy chọn sự thân mật thay vì sự sống còn—ngay bây giờ.

Câu chuyện 35: Châu Âu – Truyền thống đã chết – Đền thờ bóng tối

Kinh thánh: Luca 10:38-41, Khải huyền 2:5, Ma-thi-ơ 23:15

1. Ảo ảnh

Tại Seville, Tây Ban Nha, Nhà thờ Nuestra Señora hiện lên với vẻ hùng vĩ theo phong cách gothic, các bàn thờ thu hút khách du lịch. Cha Diego, một linh mục 60 tuổi, đã dẫn đầu các nghi lễ cho một đàn chiên đang ngày một thưa thớt. Những bài thánh ca vang vọng, và các thánh tích được tài trợ để duy trì. Diego trân trọng truyền thống, coi phụng vụ là đức tin. Nhưng các buổi lễ thì máy móc, trái tim thì lạnh lẽo.

Giống như Martha trong Luca 10:40, Nuestra Señora đã "bị phân tâm bởi nhiều việc phục vụ", giữ gìn hình thức trong khi Chúa Jesus gõ cửa đá, tiếng gọi của Ngài bị lạc trong hương trầm.

2. Tiếng gõ cửa

Trong một buổi lễ, một người di cư Ma-rốc tên là Fatima đã đứng. "Khải Huyền 2:5 nói rằng, 'Hãy ăn năn và làm những việc bạn đã làm lúc đầu'", cô cảnh báo. "Chúa Giê-su đang gõ cửa, nhưng các người lại thờ những cái bóng!" Diego nổi giận, hộ tống cô ra ngoài, nhưng lời cô vẫn còn nán lại. Đêm đó, anh đọc Lu-ca 10:38-41, bị ấn tượng bởi "một điều cần thiết". Các nghi lễ của Nuestra Señora , từng sống động, giờ đây là một ngôi đền của những cái bóng. Chúa Giê-su tìm kiếm sự hồi sinh, nhưng truyền thống đã chặn cánh cửa. Lời cảnh báo của Fatima vang vọng, Diego cảm thấy tiếng gõ cửa của Người.

3. Cuộc khủng hoảng

Một vụ hỏa hoạn đã làm hư hại các di vật của nhà thờ, phơi bày sự quản lý bị bỏ bê. Các nhà tài trợ đã bỏ chạy; các băng ghế trống rỗng. Những người ngang hàng của Diego thúc đẩy việc khôi phục, nhưng những lời của Fatima— sự hoang tàn của Matthew 23:15—ám ảnh ông. Ông đã tham gia một nhóm cầu nguyện của thanh thiếu niên trong một nhà nguyện, do một nhân viên pha chế, Sofia, dẫn đầu. Sự thờ phượng nhiệt thành của họ đã tiết lộ sự vô hồn của Nuestra Señora . Diego đã nhìn thấy sự thật: truyền thống đã chôn vùi đức tin, mời gọi sự phán xét (Khải Huyền 2:5).

4. Phần còn lại

Diego đã tổ chức một buổi cầu nguyện tại quảng trường. "Chúng ta đã mất Chúa Jesus," ông thú nhận với 250 người đã đến. Ông đã đổi sự hào nhoáng để học Kinh thánh. Một số người còn sót lại—Sofia, Fatima và những người khác—đã chấp nhận lời kêu gọi ăn năn trong Khải huyền 2:5. Luca 10:42 đã hướng dẫn họ: "Phần tốt hơn." Họ đã phục vụ những người di cư, phục hồi sự thờ phượng. Một người hoài nghi đã tìm thấy đức tin; một gia đình đã hòa giải. Những người còn sót lại đã thổi hơi thở sự sống, mở ra cánh cửa cho sự hiện diện của Chúa Jesus.

5. Lời cảnh báo của thiên đường

Nuestra Señora cảnh báo các nhà thờ ở Châu Âu: Truyền thống không có Chúa Jesus là sự chết. Khải Huyền 2:5 thúc giục, "Hãy làm những việc bạn đã làm lúc đầu." Ma-thi-ơ 23:15 dự đoán sự hoang tàn cho các nghi lễ vô hồn. Bạn sẽ bám vào hình thức hay đức tin? Phần còn sót lại chỉ ra con đường: sống động, khiêm nhường, đầu hàng. Hãy mở cửa cho Chúa Jesus, nếu không chân đèn của bạn sẽ ngã. Hãy chọn sự thân mật thay vì thể chế—ngay bây giờ.

Câu chuyện 3 6: Nam Mỹ – Môn đồ hóa – Những gốc rễ đã héo úa

Kinh thánh: Luca 10:38-41, Khải huyền 3:15-16, Ma-thi-ơ 23:15

1. Ảo ảnh

Tại Lima, Peru, Nhà thờ Nueva Vida đã phát triển với 7.000 thành viên. Mục sư Camila, một người có sức ảnh hưởng 38 tuổi, đã rao giảng đức tin tức thời, làm lễ rửa tội cho hàng trăm người với sự giảng dạy tối thiểu. Các buổi tĩnh tâm hào nhoáng và các đoạn phim trên Instagram đã thu hút giới trẻ, #NuevaVida đang thịnh hành. Sự phát triển của nhà thờ đã lấp đầy hội trường hiện đại của mình, hứa hẹn "Đức tin nhanh". Nhưng những người cải đạo đã trôi dạt, không được cố vấn; các nhà lãnh đạo đã bỏ qua chiều sâu để thổi phồng. Giống như Martha trong Luca 10:40, Nueva Vida đã "bị phân tâm bởi việc phục vụ quá nhiều", gieo những gốc rễ nông cạn trong khi Chúa Jesus gõ cửa kính của mình, tiếng gọi của Ngài bị nhấn chìm bởi những tiếng reo hò.

2. Tiếng gõ cửa

Tại một buổi lễ rửa tội, một nhà truyền giáo tên là Javier đã đứng lên. "Khải Huyền 3:15 nói rằng, 'Các ngươi hâm hẩm'", ông cảnh báo. "Chúa Jesus đang gõ cửa, nhưng lối tắt của các ngươi đã khóa Ngài lại!" Camila chế giễu, nhưng lời của ông đã trúng đích. Đêm đó, cô đọc Lu-ca 10:38-41, bị thuyết phục bởi "một điều cần thiết". Những lễ rửa tội nhanh chóng của Nueva Vida đã bỏ qua việc làm môn đồ. Chúa Jesus đã đưa ra chiều sâu, nhưng nhà thờ đã chọn sự dễ dàng. Lời cảnh báo của Javier vẫn còn đó, Camila cảm nhận được tiếng gõ cửa của Ngài.

3. Cuộc khủng hoảng

Một vụ bê bối nổ ra: những nhà lãnh đạo không được đào tạo đã bỏ bê chứng nghiện của một thiếu niên, dẫn đến thảm kịch. #NuevaVidaFail trở thành xu hướng; các thành viên đã rời đi. Nhóm của Camila đã lên kế hoạch xoay trục quan hệ công chúng, nhưng những lời của Javier—sự hoang tàn của Ma-thi-ơ 23:15—ám ảnh cô. Cô tham gia một buổi học Kinh thánh tại một khu ổ chuột, do một y tá tên là Elena dẫn đầu. Đức tin sâu sắc của họ đã phơi bày sự nông cạn của Nueva Vida. Camila đã nhìn thấy sự thật: những lối tắt đã tạo ra một vụ mùa ấm áp, sẵn sàng bị nhổ ra (Khải Huyền 3:16).

4. Phần còn lại

Camila đã tổ chức một buổi xưng tội tại một quảng trường. “Chúng ta đã phụ lòng Chúa Jesus,” bà nói với 1.500 người ở lại. Bà đã khởi xướng chương trình cố vấn, thay thế cho những giải pháp nhanh chóng. Một số người còn sót lại—Elena, Javier và những người khác—đã chấp nhận “phần tốt hơn” của Lu-ca 10:42. Họ đã môn đồ hóa thanh thiếu niên, khôi phục lòng tin. Một người cha đã tìm thấy mục đích; một thiếu niên đã dẫn dắt một người bạn đến với Chúa Kitô. Những người còn sót lại đã bám rễ sâu, mở ra cánh cửa đến với lẽ thật của Chúa Jesus.

5. Lời cảnh báo của thiên đường

Sự sụp đổ của Nueva Vida cảnh báo các nhà thờ đang đi tắt đón đầu: Đức tin hời hợt sẽ mời gọi sự từ chối (Khải Huyền 3:16). Ma-thi-ơ 23:15 tiên đoán sự hoang tàn cho những gốc rễ héo úa. Bạn sẽ vội vã hay nuôi dưỡng? Những người còn sót lại chỉ đường: kiên nhẫn, bám rễ, tận tụy. Hãy mở cánh cửa đến với chiều sâu của Chúa Giê-su, nếu không mùa gặt của bạn sẽ héo úa. Hãy chọn sự thân mật thay vì sự dễ dãi—ngay bây giờ.

Câu chuyện 37: Nam Mỹ – Môn đồ hóa – Hoa tàn phai

Kinh thánh: Luca 10:38-41, Khải huyền 3:15-16, Ma-thi-ơ 23:15

1. Ảo ảnh

Tại Santiago, Chile, Nhà thờ Iglesia de la Luz phát triển mạnh mẽ với 6.500 thành viên. Mục sư Daniela, một người phụ nữ 40 tuổi có kênh YouTube lan truyền, đã rao giảng về sự cứu rỗi ngay lập tức, làm lễ rửa tội cho hàng trăm người với rất ít sự theo dõi. Các trại hè hào nhoáng và các đoạn phim #LuzViva đã thu hút giới trẻ, lấp đầy thánh đường bóng bẩy. Sự phát triển của nhà thờ đã hứa hẹn "Đức tin trong bốn tuần". Nhưng những người cải đạo đã sa ngã, không được cố vấn; các nhà lãnh đạo chạy theo sự cường điệu hơn là chiều sâu. Giống như Martha trong Luca 10:40, Iglesia de la Luz đã "bị phân tâm bởi quá nhiều sự phục vụ", gieo những bông hoa nông cạn trong khi Chúa Jesus gõ cửa kính, tiếng gọi của Ngài bị nhấn chìm bởi những tiếng reo hò.

2. Tiếng gõ cửa

Tại một buổi lễ rửa tội, một nhà truyền giáo tên là Pablo đã đứng lên. "Khải Huyền 3:15 nói rằng, 'Các ngươi hâm hẩm'", ông cảnh báo. "Chúa Jesus đang gõ cửa, nhưng lối tắt của các ngươi đã khóa Ngài lại!" Daniela chế giễu, nhưng lời của ông đã trúng đích. Đêm đó, cô đọc Lu-ca 10:38-41, bị thuyết phục bởi "một điều cần thiết". Những lễ rửa tội nhanh chóng của Iglesia de la Luz đã bỏ qua việc làm môn đồ. Chúa Jesus đã đưa ra chiều sâu, nhưng nhà thờ đã chọn sự dễ dàng. Lời cảnh báo của Pablo vẫn còn đó, Daniela cảm nhận được tiếng gõ cửa của Ngài.

3. Cuộc khủng hoảng

Một thảm kịch đã xảy ra: một người mới cải đạo tái nghiện, bị các nhà lãnh đạo không được đào tạo phớt lờ, đã gây ra sự phẫn nộ. #LuzFalsa trở thành xu hướng; các thành viên đã bỏ trốn. Nhóm của Daniela đã lên kế hoạch xoay trục quan hệ công chúng, nhưng những lời của Pablo—"sự ghê tởm tàn phá" trong Ma-thi-ơ 23:15—đã ám ảnh cô. Cô đã tham gia một buổi học Kinh thánh tại một khu ổ chuột, do một giáo viên tên là Sofia dẫn dắt. Đức tin sâu sắc của họ đã phơi bày sự nông cạn của Iglesia de la Luz. Daniela đã nhìn thấy sự thật: những lối tắt đã tạo ra một vụ mùa ấm áp, sẵn sàng bị nhổ ra (Khải huyền 3:16).

4. Phần còn lại

Daniela đã tổ chức một buổi xưng tội tại một quảng trường. “Chúng ta đã phụ lòng Chúa Jesus,” bà nói với 1.200 người ở lại. Bà đã khởi xướng chương trình cố vấn, thay thế cho những giải pháp tạm thời. Một số người còn sót lại—Sofia, Pablo và những người khác—đã chấp nhận “phần tốt hơn” của Lu-ca 10:42. Họ đã môn đồ hóa giới trẻ, khôi phục lòng tin. Một người mẹ đã tìm thấy mục đích; một thiếu niên đã dẫn dắt một người bạn đến với Chúa. Những người còn sót lại đã bám rễ sâu, mở ra cánh cửa đến với lẽ thật của Chúa Jesus.

5. Lời cảnh báo của thiên đường

Iglesia de la Luz cảnh báo các nhà thờ đang đi tắt đón đầu: Đức tin hời hợt sẽ mời gọi sự từ chối (Khải Huyền 3:16). Ma-thi-ơ 23:15 dự đoán sự hoang tàn cho những bông hoa tàn. Bạn sẽ vội vã hay nuôi dưỡng? Những người còn sót lại chỉ đường: kiên nhẫn, bám rễ, tận tụy. Hãy mở cánh cửa đến với chiều sâu của Chúa Jesus, nếu không mùa gặt của bạn sẽ héo úa. Hãy chọn sự thân mật thay vì sự dễ dãi—ngay bây giờ.

Câu chuyện 38: Úc – Thân thiện với người tìm kiếm - The Haze of Harmony

Kinh thánh: Luca 10:38-41, Khải huyền 3:15-16, Ma-thi-ơ 23:15

1. Ảo ảnh

Tại Perth, Úc, Nhà thờ Unity Wave đã lấp đầy một khán phòng có sức chứa 4.000 chỗ ngồi. Mục sư Owen, một người đàn ông 34 tuổi với một podcast thịnh hành, đã rao giảng những thông điệp mang lại cảm giác dễ chịu, né tránh sức nặng của tội lỗi. Ứng dụng của nhà thờ cung cấp "các buổi cầu nguyện yên bình" và phòng chờ của nhà thờ tổ chức các hội chợ nghệ thuật. #UnityWave đã thu hút những người tìm kiếm trẻ tuổi khao khát mục đích. Câu khẩu hiệu của Owen, "Tìm kiếm sự hòa hợp của bạn", đã chật kín chỗ ngồi. Nhưng sự thật đã bị làm dịu đi; sự ăn năn bị gạt sang một bên. Giống như Martha trong Luca 10:40, Unity Wave đã "bị phân tâm bởi quá nhiều sự phục vụ", tỏa sáng cho những người tìm kiếm trong khi Chúa Jesus gõ cửa những cánh cửa hiện đại của nhà thờ, tiếng gọi của Ngài bị lạc trong rung cảm.

2. Tiếng gõ cửa

Trong một buổi lễ "hòa hợp", một trưởng lão tên là Margaret đã đứng lên. "Khải Huyền 3:15 nói rằng, 'Các ngươi hâm hẩm'", bà cảnh báo. "Chúa Jesus đang gõ cửa, nhưng các ngươi đã khóa Ngài lại để kháng cáo!" Owen né tránh, nhưng lời bà nói thật đau đớn. Đêm đó, ông đọc Luca 10:38-41, bị thuyết phục bởi "một điều cần thiết". Những bài giảng hợp thời của Unity Wave thiếu sự thật. Chúa Jesus đã đưa ra sự thuyết phục, nhưng sự thỏa hiệp đã chặn cánh cửa. Lời cảnh báo của Margaret vẫn còn đó, Owen cảm thấy tiếng gõ cửa của Ngài.

3. Cuộc khủng hoảng

Một bài viết vạch trần lan truyền đã tiết lộ những lời dạy hời hợt; cuộc sống không thay đổi đã khiến các thành viên rời xa. #UnityHaze trở thành xu hướng; khán phòng trở nên vắng tanh. Nhóm của Owen đã lên kế hoạch đổi thương hiệu, nhưng những lời của Margaret—sự hoang tàn của Matthew 23:15—ám ảnh anh. Anh tham gia một nhóm cầu nguyện trong một căn phòng phía sau, do một người lướt sóng tên là Liam dẫn đầu. Sự thờ phượng táo bạo của họ đã phơi bày sự trống rỗng của Unity Wave. Owen đã nhìn thấy sự thật: sự thỏa hiệp thân thiện với người tìm kiếm đã tạo ra một nhà thờ thờ ơ, sẵn sàng bị nhổ ra (Khải Huyền 3:16).

4. Phần còn lại

Owen đã tổ chức một buổi xưng tội trong công viên. "Chúng ta đã mất Chúa Jesus," ông nói với 700 người ở lại. Ông rao giảng về sự ăn năn, cắt bỏ những sự kiện hời hợt. Một số người còn sót lại—Liam, Margaret và những người khác—đã chấp nhận "phần tốt hơn" của Lu-ca 10:42. Họ phục vụ những người vô gia cư, chia sẻ chân lý. Một người hoài nghi đã tìm thấy đức tin; một thanh niên lãnh đạo hoạt động tiếp cận. Những người còn sót lại đã tỏa sáng với Chúa, mở ra cánh cửa đến với sự hiện diện của Chúa Jesus.

5. Lời cảnh báo của thiên đường

Sự sụp đổ của Unity Wave cảnh báo các nhà thờ thân thiện với người tìm kiếm: Sự thỏa hiệp sinh ra sự nguội lạnh (Khải Huyền 3:16). Ma-thi-ơ 23:15 dự đoán sự hoang tàn cho đức tin bị pha loãng. Bạn sẽ theo đuổi sự hòa hợp hay Chúa? Phần còn sót lại chỉ ra con đường: chân thật, nhiệt thành, đầu hàng. Hãy mở cánh cửa đến với lẽ thật của Chúa Jesus, hoặc bị nhổ ra. Hãy chọn sự thân mật thay vì sự hoan nghênh—ngay bây giờ.

Câu chuyện 3 9: Sự đàn áp toàn cầu – Các nhà thờ ngầm – Ánh sáng trong bóng tối

Kinh thánh: Luca 10:38-41, Khải huyền 2:10, Ma-thi-ơ 23:15

1. Ảo ảnh

Ở Asmara, Eritrea, một nhà thờ bí mật họp trong một tầng hầm đổ nát. Mục sư Yonas, một cựu nhân viên, đã dẫn đầu ba mươi tín đồ, lời cầu nguyện của họ thì thầm để tránh cảnh sát mật. Họ chia sẻ bánh mì, ghi nhớ Kinh thánh và che giấu những người cải đạo. Sự ngược đãi đã rèn nên sự hiệp nhất—những người bên ngoài nhìn thấy họ rạng rỡ. Nhưng một số người tích trữ thức ăn, sợ bị bắt; những người khác xa lánh những người mới đến, sợ bị phản bội. Giống như Martha trong Luca 10:40, họ "bị phân tâm bởi việc phục vụ nhiều", sự sống còn chiến thắng sự hy sinh. Chúa Jesus gõ cửa sập của tầng hầm, nhưng nỗi sợ hãi đã làm nghẹt tiếng nói của Ngài.

2. Tiếng gõ cửa

Trong một buổi họp im lặng, một thiếu nữ tên là Eden đã phát biểu. "Khải Huyền 2:10 chép rằng, 'Hãy trung thành cho đến chết'", cô thúc giục. "Chúa Jesus đang gõ cửa, nhưng chúng ta đang trốn tránh tiếng gọi của Ngài!" Yonas căng thẳng; cha của Eden đã bị bỏ tù. Lòng can đảm của cô bị tổn thương. Đêm đó, Yonas đọc Lu-ca 10:38-41, bị thuyết phục bởi "một điều cần thiết". Sự thận trọng của nhà thờ—tích trữ, cô lập—phản ánh sự mất tập trung của Martha. Chúa Jesus đã ban sự thanh tẩy, nhưng nỗi sợ hãi đã chặn cánh cửa. Yonas cảm thấy tiếng gõ cửa của Ngài, thúc giục sự táo bạo.

3. Cuộc khủng hoảng

Một cuộc đột kích đã xảy ra, phơi bày căn hầm sau một sự phản bội. Eden đã bị bắt; một số tín đồ đã bỏ trốn, những người khác đã giấu đồ tiếp tế. Yonas, được tha, đã đối mặt với sự nhút nhát của mình. Lời cảnh báo của Eden—sự hoang tàn của Ma-thi-ơ 23:15—đã vang lên sự thật. Ông đã gia nhập một nhóm còn sót lại trong một đường hầm, do một người thợ làm bánh tên là Ruth dẫn đầu. Những lời cầu nguyện quên mình của họ đã phơi bày sự ích kỷ của nhà thờ. Yonas đã nhìn thấy sự thật: sự đàn áp đã phơi bày một đức tin rỗng tuếch, sự u ám của căn hầm là dấu hiệu của sự hủy hoại về mặt tâm linh.

4. Phần còn lại

Yonas đã tập hợp những người còn sót lại—Ruth, Eden (được giải thoát), và mười hai người khác. "Chúng ta đã loại Chúa Jesus ra ngoài," ông thú nhận. Họ nghiên cứu Khải Huyền 2:10, chấp nhận lòng trung thành tốn kém. Những người còn sót lại chia sẻ thức ăn với hàng xóm, có nguy cơ bị bắt. Lu-ca 10:42 đã truyền cảm hứng cho họ: "Phần tốt hơn." Một người lính canh đã cải đạo; một gia đình tham gia thờ phượng. Lòng can đảm của những người còn sót lại đã thắp sáng sự u ám, mở ra cánh cửa cho quyền năng của Chúa Jesus.

5. Lời cảnh báo của thiên đường

Phiên tòa xét xử tầng hầm cảnh báo các nhà thờ ngầm: Nỗi sợ phản bội đức tin. Khải Huyền 2:10 kêu gọi lòng trung thành cho đến chết. Ma-thi-ơ 23:15 báo hiệu sự hoang tàn cho những trái tim nhút nhát. Bạn sẽ tích trữ hay cho đi? Phần còn sót lại chỉ đường: táo bạo, vị tha, tận tụy. Hãy mở cánh cửa đến với sứ mệnh của Chúa Giê-su, nếu không sự ngược đãi sẽ phá vỡ bạn. Hãy chọn sự thân mật thay vì sự sống còn—ngay bây giờ.

Câu chuyện 4 0: Cuộc đàn áp toàn cầu – Các nhà thờ ngầm – Lời thì thầm trong bụi

Kinh thánh: Luca 10:38-41, Khải huyền 2:10, Ma-thi-ơ 23:15

1. Ảo ảnh

Tại Mogadishu, Somalia, một nhà thờ bí mật họp trong một nhà kho đổ nát. Mục sư Hassan, một cựu ngư dân, đã dẫn đầu hai mươi tín đồ, những lời cầu nguyện của họ thì thầm để tránh các cuộc đột kích của dân quân. Họ chia sẻ ngày tháng, ghi nhớ Kinh thánh và che giấu những người cải đạo. Sự ngược đãi đã tôi luyện mối liên kết của họ—những người bên ngoài nhìn thấy họ rạng rỡ. Nhưng một số người tích trữ đồ tiếp tế, sợ bị tấn công; những người khác xa lánh người mới đến, sợ bị phản bội. Giống như Martha trong Luca 10:40, họ "bị phân tâm bởi nhiều việc phục vụ", sự sống còn làm lu mờ sự hy sinh. Chúa Jesus gõ cửa nhà kho bị phá vỡ, nhưng nỗi sợ hãi đã làm nghẹt tiếng nói của Ngài.

2. Tiếng gõ cửa

Trong một buổi họp lúc rạng sáng, một bà mẹ trẻ tên là Amina đã phát biểu. "Khải Huyền 2:10 nói rằng, 'Hãy trung thành cho đến chết'", bà thúc giục. "Chúa Jesus đang gõ cửa, nhưng chúng ta đang trốn tránh tiếng gọi của Ngài!" Hassan giật mình; chồng của Amina đã bị giết. Lòng can đảm của bà bị tổn thương. Đêm đó, Hassan đọc Lu-ca 10:38-41, bị thuyết phục bởi "một điều cần thiết". Sự thận trọng của nhà thờ—tích trữ, cô lập—phản ánh sự mất tập trung của

Martha. Chúa Jesus đã ban sự thanh tẩy, nhưng nỗi sợ hãi đã chặn cánh cửa. Hassan cảm thấy tiếng gõ cửa của Ngài, thúc giục sự táo bạo.

3. Cuộc khủng hoảng

Một cuộc đột kích đã đốt cháy nhà kho sau một vụ phản bội. Amina đã bị bắt; một số tín đồ đã bỏ trốn, những người khác đã giấu thức ăn. Hassan, được tha, đã đối mặt với sự nhút nhát của mình. Lời cảnh báo của Amina—sự hoang tàn của Matthew 23:15—đã vang lên sự thật. Ông đã gia nhập một nhóm còn sót lại trong cống, do một người thợ mộc, Yusuf, dẫn đầu. Những lời cầu nguyện vô tư của họ đã phơi bày sự ích kỷ của nhà thờ. Hassan đã nhìn thấy sự thật: cuộc đàn áp đã phơi bày một đức tin rỗng tuếch, bụi của nhà kho là dấu hiệu của sự hủy hoại về mặt tinh thần.

4. Phần còn lại

Hassan đã tập hợp những người còn sót lại—Yusuf, Amina (được giải thoát), và mười người khác. "Chúng ta đã đóng cửa Chúa Jesus," ông thú nhận. Họ nghiên cứu Khải Huyền 2:10, chấp nhận lòng trung thành tốn kém. Những người còn sót lại chia sẻ nước với những người hàng xóm, có nguy cơ bị bắt. Lu-ca 10:42 đã truyền cảm hứng cho họ: "Phần tốt hơn." Một thành viên dân quân đã cải đạo; một đứa trẻ tham gia thờ phượng. Lòng can đảm của những người còn sót lại đã thắp sáng bụi, mở ra cánh cửa cho quyền năng của Chúa Jesus.

5. Lời cảnh báo của thiên đường

Phiên tòa xét xử nhà kho cảnh báo các nhà thờ ngầm: Nỗi sợ phản bội đức tin. Khải Huyền 2:10 kêu gọi lòng trung thành cho đến chết. Ma-thi-ơ 23:15 báo hiệu sự hoang tàn cho những trái tim nhút nhát. Bạn sẽ tích trữ hay cho đi? Phần còn sót lại chỉ đường: táo bạo, vị tha, tận tụy. Hãy mở cánh cửa đến với sứ mệnh của Chúa Giê-su, nếu không sự ngược đãi sẽ phá vỡ bạn. Hãy chọn sự thân mật thay vì sự sống còn—ngay bây giờ.

Kết luận: Cánh cửa vẫn đang chờ đợi

Câu chuyện cuối cùng kết thúc…
Nhưng tiếng **gõ cửa ngày một lớn hơn** .

Chúa Giêsu vẫn đứng đó—ở cửa Giáo hội toàn cầu. Giọng nói của Người xuyên qua tiếng ồn, khẩn thiết và không dao động:

"Này Ta đứng ngoài cửa và gõ…"
— Khải Huyền 3:20

Bạn đã du hành qua 40 câu chuyện lay động tâm hồn từ khắp các châu lục—những câu chuyện thấm đẫm sự thật, lửa và lời cảnh báo. Từ các cuộc thập tự chinh hàng loạt ở Nairobi đến các tiền đồn biệt lập ở Nam Cực, từ Lagos đến Aleppo, từ các nhà thờ lớn đến hầm rượu—mỗi câu chuyện đều phơi bày một thực tế đáng suy ngẫm:

- Sự **lấp lánh của sự tăng trưởng vượt bậc**
- Lòng **tham trong những cuộc phục hưng giả tạo**
- Những **xiềng xích của truyền thống vô hồn**
- Sự **mong manh của sự môn đồ nông cạn**
- Sương **mù của sự thân thiện với người tìm kiếm**
- Nỗi **sợ hãi bao trùm các cộng đồng bị bách hại**

Mỗi người đều tuân theo một mô hình sau:

Ảo ảnh. Tiếng gõ cửa. Khủng hoảng. Tàn dư. Lời cảnh báo của thiên đường.

Mỗi người đều thì thầm—hoặc hét lên—cùng một sự thật: **Chúa Giê-su đang kêu gọi Hội Thánh của Ngài trở về với Ngài.**

Nhà thờ Martha phải lựa chọn

Luca 10:38–41 đặt chúng ta trước hình ảnh của **Martha** , bị phân tâm bởi mọi việc mình làm, trong khi **Mary** chọn "phần tốt hơn"—ngồi dưới chân Chúa Jesus.

Với tư cách là một Giáo hội toàn cầu, chúng ta có còn đóng vai Martha nữa không?

- Gia tăng các dịch vụ nhưng **lại bỏ lỡ Đấng Cứu Thế** ?
- Xây dựng nền tảng nhưng lại bỏ qua sự **hiện diện** ?
- Tập trung vào đám đông, tiền mặt và nội dung—nhưng lại xa rời **Chúa Kitô** ?

Ma-thi-ơ 23:15 lặp lại lời than thở của Chúa:

"Khốn cho các ngươi… các ngươi rảo khắp đất liền và biển cả để giành được một người cải đạo, và khi đã thành công, các ngươi lại khiến họ trở thành con cái địa ngục gấp đôi các ngươi."

Chúng ta đã đưa ra quyết định, không phải là đệ tử. Chúng ta đã sinh ra tôn giáo, không phải là mối quan hệ. Và bây giờ tiếng nói của Thiên đường vang lên:

"Ngươi đã bỏ tình yêu ban đầu của mình."
— Khải Huyền 2:4
"Vì ngươi hâm hẩm… Ta sẽ mửa ngươi ra."
— Khải Huyền 3:16

Nhưng vẫn còn hy vọng.

"Hãy trung tín cho đến chết, rồi Ta sẽ ban cho ngươi mão triều thiên của sự sống."
— Khải Huyền 2:10

Một cuộc khủng hoảng toàn cầu. Một phản ứng còn sót lại.

Mỗi khu vực trong 40 câu chuyện này hé lộ một Giáo hội **đang ở ngã ba đường** :

- Ở **Lagos** , tham vọng tăng lên nhưng cũng tan vỡ, tuy nhiên vẫn còn một số người cầu nguyện.
- Ở **Accra** , lòng tham tàn phá, nhưng sự ăn năn sẽ chữa lành.
- Ở **Asmara** , nỗi sợ hãi im lặng nhưng lòng can đảm lại trỗi dậy.
- Ở **Houston** , có rất nhiều hoạt động giải trí nhưng cơn đói vẫn luôn cồn cào.
- Ở **Perth** , sự thỏa hiệp làm lu mờ sự thật—nhưng sự tôn thờ vẫn dâng cao.
- Ở **Santiago** , sự vội vã cản trở chiều sâu—nhưng việc giảng dạy lại khôi phục.
- Ở **Aleppo** , sự ngược đãi đã thổi bùng lòng dũng cảm—nhưng Chúa Kitô vẫn được tôn vinh.

Bắc Mỹ bị thiêu đốt bởi **hình ảnh** .
Châu Phi nhảy múa giữa **lửa và xác thịt** .
Châu Âu ẩn sau **nghi lễ** .
Châu Á rên rỉ dưới **áp lực** .
Nam Mỹ cháy bỏng với **cảm xúc** nhưng thiếu chiều sâu.
Úc co rúm lại vì **niềm tin** .
Và Giáo hội bị đàn áp chảy máu nhưng vẫn tỏa sáng.

Nhưng ở mỗi nơi, vẫn còn sót lại một **số người** khiêm nhường, đầu hàng, thức tỉnh.
Và **Chúa Jesus vẫn gõ cửa.**

Quyết định là bây giờ

Cuốn sách này không phải là giải trí.
Nó là ngọn đuốc—lời kêu gọi đốt cháy bục giảng, phòng cầu nguyện và trái tim.

"Hãy ăn năn, nếu không Ta sẽ cất chân đèn của ngươi đi."
— Khải Huyền 2:5

Chúng ta sẽ đợi cho đến khi Ngài bước đi?
Hay chúng ta sẽ mở cửa trước khi cánh cửa đóng lại?

Kêu gọi hành động

Nhà thờ ơi, khoảnh khắc này là của bạn.
Tiếng gõ là có thật. Lửa đang ở gần.

Các mục sư , hãy trở về với lẽ thật—hãy rao giảng bằng nhiệt huyết, không phải bằng sự sợ hãi.
Các nhà lãnh đạo , các môn đồ có chiều sâu—hãy ngừng xây dựng những người cải đạo mà không có gốc rễ.
Hỡi những người tin Chúa , hãy thắp lại bàn thờ của mình—hãy cầu nguyện sốt sắng, sống mạnh dạn, yêu thương mãnh liệt.
Các thánh bị bách hại , hãy chịu đựng. Các bạn đội vương miện của Thiên đàng.

"Hãy mở cửa!"
— Khải Huyền 3:20

"Hãy chọn phần tốt hơn!"
— Luca 10:42

Nhanh lên ngay bây giờ.
Tuyên bố ngày mai. Tỏa sáng mãi mãi.

40 câu chuyện này không chỉ là những câu chuyện kể.
Chúng là **tiếng kèn vang dội** .

Thế giới đang chờ đợi.
Đức vua đang ở ngưỡng cửa. Những người còn sót lại đang trỗi dậy.

Bạn có mở cửa không?

Làm thế nào để được tái sinh và bắt đầu một cuộc sống mới với Chúa Kitô

Có thể bạn đã từng đồng hành cùng Chúa Jesus trước đây, hoặc có thể bạn mới gặp Ngài trong 40 ngày này. Nhưng ngay lúc này, có điều gì đó bên trong bạn đang khuấy động.

Bạn đã sẵn sàng cho nhiều thứ hơn là tôn giáo.
Bạn đã sẵn sàng cho **mối quan hệ** .
Bạn đã sẵn sàng để nói, "Chúa Jesus, con cần Ngài."

Sự thật là:

"Vì mọi người đều đã phạm tội; chúng ta thảy đều thiếu mất sự vinh hiển của Đức Chúa Trời… nhưng Đức Chúa Trời, trong ân

điển của Ngài, đã tự do khiến chúng ta trở nên công chính trước mặt Ngài."
— Rô-ma 3:23–24 (BDM)

Bạn không thể kiếm được sự cứu rỗi.
Bạn không thể tự sửa chữa mình. Nhưng Chúa Jesus đã trả giá đầy đủ — và Ngài đang chờ đợi để chào đón bạn về nhà.

Làm thế nào để được tái sinh

Được tái sinh có nghĩa là đầu phục cuộc đời bạn cho Chúa Jesus — chấp nhận sự tha thứ của Ngài, tin rằng Ngài đã chết và sống lại, và tiếp nhận Ngài làm Chúa và Cứu Chúa của bạn.

Thật đơn giản. Thật mạnh mẽ. Nó thay đổi mọi thứ.

Hãy cầu nguyện lớn tiếng:

"Lạy Chúa Jesus, con tin rằng Ngài là Con Đức Chúa Trời.
Con tin rằng Ngài đã chết vì tội lỗi của con và đã sống lại.
Con thú nhận rằng con đã phạm tội và con cần sự tha thứ của Ngài.
Hôm nay, con ăn năn và từ bỏ những đường lối cũ của mình.
Con mời Ngài vào cuộc đời con để làm Chúa và Cứu Chúa của con.
Xin rửa sạch con. Xin đổ đầy Thánh Linh của Ngài vào

con.
Con tuyên bố rằng con đã được tái sinh, được tha thứ và được tự do.
Từ ngày hôm nay trở đi, con sẽ theo Ngài —
và con sẽ sống theo bước chân Ngài.
Cảm ơn Ngài đã cứu con. Nhân danh Chúa Jesus, amen."

Những Bước Tiếp Theo Sau Khi Được Cứu Rỗi

1. **Nói với ai đó** – Chia sẻ quyết định của bạn với một người có đức tin mà bạn tin tưởng.
2. **Tìm một Nhà thờ dựa trên Kinh thánh** – Tham gia một cộng đồng dạy Lời Chúa và sống theo Lời Chúa. Truy cập các mục vụ của God's Eagle trực tuyến qua https://www.otakada.org hoặc https://chat.whatsapp.com/H67spSun32DDTma8TLh0ov
3. **Làm lễ rửa tội** – Thực hiện bước tiếp theo để công khai tuyên bố đức tin của bạn.
4. **Đọc Kinh Thánh hằng ngày** – Bắt đầu với Phúc âm John.
5. **Cầu nguyện mỗi ngày** – Nói chuyện với Chúa như một người bạn và một người Cha.
6. **Giữ kết nối** – Hãy ở bên những người khuyến khích bạn thực hiện bước đi mới.
7. **Bắt đầu một quá trình môn đồ hóa trong cộng đồng** – Phát triển mối quan hệ một-một với Chúa Jesus Christ thông qua các liên kết này

   Chương trình môn đồ hóa 40 ngày 1 - https://www.otakada.org/get-free-40-days-online-discipleship-course-in-a-journey-with-jesus/

40 Đệ tử 2 - https://www.otakada.org/get-free-40-days-dna-of-discipleship-journey-with-jesus-series-2/

Khoảnh khắc cứu rỗi của tôi

Ngày : ______________________________

Chữ ký : __________________________

"Nếu ai ở trong Đấng Christ, người ấy là người dựng nên mới; những gì cũ đã qua đi, nầy mọi sự đều trở nên mới!"
— 2 Cô-rinh-tô 5:17

Giấy chứng nhận cuộc sống mới trong Chúa Kitô

Tuyên Ngôn Cứu Rỗi – Tái Sinh Bởi Ân Điển

Điều này chứng nhận rằng

____

(Họ và tên đầy đủ)

đã công khai tuyên bố **đức tin nơi Chúa Jesus Christ** là Chúa và Cứu Chúa và đã nhận được món quà cứu rỗi miễn phí qua sự chết và sự phục sinh của Ngài.

"Nếu anh em công khai tuyên xưng Đức Chúa Jêsus là Chúa và tin trong lòng rằng Đức Chúa Trời đã khiến Ngài từ cõi chết sống lại, thì anh em sẽ được cứu."
— Rô-ma 10:9 (BDM)

Vào ngày này, thiên đàng hân hoan và một hành trình mới bắt đầu.

Ngày quyết định : __________________________

Chữ ký : __________________________________

Tuyên bố cứu rỗi

"Hôm nay, tôi dâng cuộc đời mình cho Chúa Jesus Christ. Tôi tin rằng Ngài đã chết vì tội lỗi của tôi và đã sống lại. Tôi tiếp nhận Ngài làm Chúa và Cứu Chúa của tôi. Tôi được tha thứ, được tái sinh và được đổi mới. Từ thời điểm này trở đi, tôi sẽ bước theo bước chân Ngài."

Chào mừng đến với Gia đình của Chúa!

Tên của bạn được ghi trong Sách Sự Sống của Chiên Con. Câu chuyện của bạn chỉ mới bắt đầu — và nó là vĩnh cửu.

Các cuốn sách khác được xuất bản bởi tác giả

Được yêu thương, được chọn lựa và **trọn vẹn** : Hành trình 30 ngày từ sự từ chối đến sự phục hồi được dịch sang 40 ngôn ngữ trên thế giới

https://www.amazon.com/Loved-Chosen-Whole-Rejection-Restoration-ebook/dp/B0F9VSD8WL

Bạn có thể tìm thấy những cuốn sách khác trên trang tác giả https://www.amazon.com/stores/Ambassador-Monday-O.-Ogbe/author/B07MSBPFNX

Theo Bước Chân Ngài — Thử Thách WWJD 40 Ngày: Sống Như Chúa Jesus Trong Những Câu Chuyện Có Thật Trên Thế Giới

https://www.amazon.com/His-Steps-Challenge-Real-Life-Stories-ebook/dp/B0FCYTL5MG

www.ingramcontent.com/pod-product-compliance
Lightning Source LLC
LaVergne TN
LVHW051018051026
849532LV00004BA/1274
* 9 7 9 8 3 4 9 5 0 7 0 1 4 *